பதிக மரபும் சிலப்பதிகாரமும்

# பதிக மரபும் சிலப்பதிகாரமும்
**கே. பழனிவேலு** (பி. 1966)

மரபிலக்கியப் புலமையராகிய கே. பழனிவேலு, பேராசிரியர் க.ப. அறவாணன் அவர்களின் வழிகாட்டலின் கீழ் ஆய்வுலகிற்கு அறிமுகமானவர். பேரா. பா.ரா. சுப்பிரமணியன் அவர்களின் வழித் தமிழ் அகராதியியல் புலமையராகவும் விளங்குபவர். இவர் உருவாக்கிய 'தமிழர் தம் கல்வி வரலாறு' எனும் ஆராய்ச்சி இவருக்குக் குடியரசுத் தலைவரின் செம்மொழித் தமிழுக்கான இளம் அறிஞர் விருதினைப் பெற்றுத் தந்தது. இவரது நூல்களுக்குத் தமிழ்நாடு கலை இலக்கியப் பெருமன்றம் விருதுகளை அளித்துச் சிறப்பித்துள்ளது. பல்கலைக்கழக மானியக்குழுவின் ஆராய்ச்சி விருதிற்காக முனைவர் பட்ட மேலாய்வை மேற்கொண்டவர்.

கே. பழனிவேலு

# பதிக மரபும் சிலப்பதிகாரமும்
### இடைப்பனுவலியல் நோக்கு

காலச்சுவடு பதிப்பகம்

● அன்பார்ந்த வாசகருக்கு,
வணக்கம்.

காலச்சுவடு நூலை வாங்கியமைக்கு நன்றி.

நூலின் உள்ளடக்கம், உருவாக்கம், அட்டைப்படம் இன்ன பிற அம்சங்கள் பற்றிய உங்கள் கருத்துகளையும் ஆலோசனைகளையும் காலச்சுவடு வரவேற்கிறது. தகவல், எழுத்து, வாக்கியப் பிழைகள் தென்பட்டால் கட்டாயம் தெரிவித்து உதவுங்கள். நூல் தயாரிப்பில் கடும் குறைபாடு இருப்பின் மாற்றுப் பிரதி உங்களுக்குக் கிடைக்கக் காலச்சுவடு ஏற்பாடு செய்யும்.

**மின்னஞ்சல்:** publisher@kalachuvadu.com

காலச்சுவடு நாகர்கோவில் தலைமையகத்துக்கும் கடிதம் அனுப்பலாம்.

தங்கள்
**எஸ்.ஆர். சுந்தரம் (கண்ணன்)**
பதிப்பாளர்: நிர்வாக இயக்குநர்

---

பதிக மரபும் சிலப்பதிகாரமும் இடைப்பனுவலியல் நோக்கு ♦ ஆய்வு நூல் ♦ ஆசிரியர்: கே. பழனிவேலு ♦ © கே. பழனிவேலு ♦ முதல் பதிப்பு: நவம்பர் 2019 ♦ வெளியீடு: காலச்சுவடு பப்ளிகேஷன்ஸ் (பி) லிட்., 669, கே.பி. சாலை, நாகர்கோவில் 629001

காலச்சுவடு பதிப்பக வெளியீடு: 936

**patika marapum cilappatikaaramum** idaipanuvaliyal nokku ♦ Research monograph ♦ Author: K. Pajanivelou ♦ © K. Pajanivelou ♦ First Edition: November 2019 ♦ Size: Demy 1 x 8 ♦ Paper: 18.6 kg maplitho ♦ Pages: 88

Published by Kalachuvadu Publications Pvt. Ltd., 669 K.P. Road, Nagercoil 629001, India ♦ Phone: 91-4652-278525 ♦ e-mail: publications@kalachuvadu.com ♦ Wrapper printed at Print Specialities, Chennai 600014 ♦ Printed at Mani Offset, Chennai 600077

ISBN: 978-93-89820-01-0

11/2019/S.No. 936, kcp 2496, 18.6 (1) rss

## பொருளடக்கம்

| | | |
|---|---|---|
| | *முன்னுரை* | 9 |
| 1. | இலக்கியம் எனும் மொழிச் செயல்பாடு | 13 |
| 2. | தமிழ்ப் பதிக மரபு | 18 |
| 3. | திறனாய்வியல் நோக்கில் பதிகம் | 38 |
| 4. | இடைப்பனுவலியல் நோக்கில் பதிகம் | 48 |
| 5. | துணைப் பனுவல் நோக்கில் பதிகம் | 67 |
| | *துணை நூற்பட்டியல்* | 85 |

# முன்னுரை

நீண்ட இலக்கியப் பாரம்பரியம் கொண்ட தமிழ் மொழியில் இலக்கியத்தை உருவாக்குவதற்கும் வாசிப்பதற்கும் சில மரபுகளை அறிந்திருக்க வேண்டியிருந்தது. சங்க இலக்கியம் இதற்குச் சிறந்த எடுத்துக்காட்டு. இலக்கிய மரபுகளைச் சுட்டி இலக்கியத்தைக் கற்பிக்கும் ஆசிரியர்கள் பலர் தமிழகத்தில் இருந்துள்ளனர். இம்மரபு ஆங்கிலேயர் காலத்திலும் தொடர்ந்து இருந்துள்ளதை உ.வே.சா.வின் வரலாறு நமக்குக் காட்டுகிறது. இதனால், தமிழ் இலக்கிய வாசிப்பு மரபில் தமிழ்க் கல்வி மரபுக்கு முக்கியமான பங்கிருந்தமையை உணரமுடிகின்றது. ஓர் இலக்கியத்தை மனப்பாடம் செய்து, பிறகு வேறு ஓர் ஆசிரியரிடம் விளக்கம் கேட்டல் (பாடம்கேட்டல்) என்பதாக அம்மரபு தொடர்ந்துள்ளது. ஓர் இலக்கியத்தைத் தானே முயன்று கற்கும் நிலையை அடைந்த பிறகும்கூட, ஆசிரியர் ஒருவரை அணுகிப் பாடம்கேட்கும் முறையைச் சிலர் பின்பற்றியுள்ளனர்.

இப்பாடம்சொல்கின்ற மரபின் காரணமாக இலக்கியத்தின் மீது, அதனைக் கற்பித்த ஆசிரியரின் ஆளுமை படிந்துள்ளது. ஓர் இலக்கியத்தைப் பாடம்சொல்லத் தொடங்கிய ஆசிரியர், தாம்

புரிந்துகொண்ட கருத்துகளை முன்னுரையாக வழங்கி, அதன் பின்னர் விளக்கியுள்ளார். அவர் அளித்த முன்னுரை, முழு இலக்கியத்தையும் புரிந்துகொள்ள ஓரளவு பயன்பட்டிருக்கும் என்பதில் ஐயமில்லை. அம்முன்னுரை, வாசகருக்கு இலக்கியத்தைப் பற்றிய சில கருத்துகளை முன்கூட்டியே அளித்து, வேறுவேறு கருத்துக்களைப் புரிந்துகொள்ளாதவாறு தடுக்கும் இயல்புடையது. அதேநேரம் பல சமய இலக்கியங்கள் நெக்குருகி, கண்ணீர் கசிய வாசிக்கப்பட்டதைத் தமிழ் இலக்கிய வரலாறுகள் நமக்குக் காட்டுகின்றன. இச்சமய இலக்கிய வாசிப்பு தந்த அனுபவத்தைப் பலர் கவிதையாகவும் வடித்துள்ளனர். அதே நேரம் சமயச்சார்பும் முன்முடிவுகளும் தன்னெழுச்சியான இலக்கிய வாசிப்புக்குத் தடையாகவும் இருந்தது.

தன்னெழுச்சியான இலக்கிய வாசிப்பு என்பது கல்வியின் பரவலாக்கத்துடன் தொடர்புடையதாகும். இன்று, கற்பிக்கும் ஆசிரியரைச் சார்ந்து இலக்கியப் புரிதல் அமைவதில்லை. மாறாக, வாசகரின் அறிவு, திறன் சார்ந்ததாக மாறியுள்ளது. அதனால், பழைய இலக்கியங்கள் தற்காலம் சார்ந்த வாசிப்பு அனுபவத்தை அளிப்பவையாக மாறியுள்ளன. அதேநேரம், பழைய இலக்கியங்கள் பற்றி உருவாக்கப்பட்டுள்ள முந்தைய கருத்துகள் தற்கால வாசிப்புக்கு இடையூறாக இருப்பதைக் காணலாம். அத்தகு ஓர் இலக்கியமாகச் சிலப்பதிகாரம் திகழ்கின்றது.

சிலப்பதிகாரம் பற்றிய நான்கு நூல்களை எழுதியுள்ள ஆ. பழனி, “உரையாசிரியர்களும் சிலம்பு பற்றிப் பேசுகின்றவர்களும் எழுதுகின்றவர்களும் ஒரு ‘கருத்துருவை’ நம் உள்ளத்திலே ஏற்றிவைத்திருக்கின்றார்கள். அந்த உருவை அழித்துவிடப் பலருக்கு மனம் வருவதில்லை. பழைய இருளிலேயே இருக்க வேண்டும் என்று விரும்புகின்றவர்களுக்குச் சுரங்கத்தினுள் இருப்பது புலப்படாது. பழைய கருத்துருவைச் சற்றே விலக்கிவைத்துவிட்டுப் புதிய ஒளியைத் தேடுங்கள்” என்று சுட்டுகின்றார். கானல் வரியில் நிகழ்ந்த கோவலன் – மாதவியின் பிரிவுக்கு வயந்தமாலையைக் காரணமாகக் காட்டுமிடத்தில் இவ்வாறு அவர் சுட்டினாலும் அவருடைய கருத்து ஆழ்ந்த சிந்தனைக்குரியதாகும்.

தற்கால இலக்கியங்களை வாசிப்பதுபோல, நாம் எந்த முன்கருத்தும் இல்லாமல் திறந்த மனத்துடன் சிலப்பதிகாரத்தை வாசிப்பதில்லை என்பதை முதலில் ஒத்துக்கொள்ள வேண்டும். சமூக, பண்பாட்டு, அரசியல் பின்புலத்துடனேயே

சிலப்பதிகாரத்தை வாசிக்கின்றோம் அல்லது காப்பிய வகைமை என்ற கோணத்தில் வாசிக்கின்றோம்; அவல நாடகமாக வாசிக்கின்றோம். சிலப்பதிகாரம் என்ற இலக்கியத்தைப் புரிந்துகொள்ளவும் அனுபவிக்கவும் தடையாக இருக்கும் அரசியல், இலக்கிய வகைமை பற்றிய பார்வைகளைக்கூட வாசகரால் மீறிவிடமுடியும். ஆனால், சிலப்பதிகாரத்தின் ஓர் அங்கமாக நிலைபெற்றுவிட்ட பதிகத்தை மீறிவிட முடியாது. அதற்குக் காரணம் சிலப்பதிகாரப் பதிகத்தை, சிலப்பதிகார இலக்கியமாகப் பார்க்கும் பார்வையே ஆகும்.

கட்டமைப்பினாலும் எடுத்துரைப்புமுறையாலும் உலகின் தலைசிறந்த இலக்கியங்களில் ஒன்றாகத் திகழும் சிலப்பதிகாரத்தின் சிறப்பு வெளிப்படாத அளவுக்கு, முன்னுரையாக எழுதப்பட்ட பதிகம் கவிந்துகொண்டு தடுக்கின்றது. இப்பதிகம் நீண்டகாலமாகச் சிலப்பதிகாரத்துடன் இணைத்தே அறியப்பட்டுவிட்டதனால், அதனை நூலின் கட்டமைப்பில் இருந்து நீக்கிவிட முடியும் என்று தோன்றவில்லை. அதனால் சிலப்பதிகாரம் என்ற பனுவலில் பதிகத்தின் இடம் யாது என்பதையும் அதனை எப்படிப் புரிந்துகொள்ள வேண்டும் என்பதையும் பதிகம் சுட்டுகின்ற கருத்துகள் சிலப்பதிகாரத்தின் கருத்தல்ல என்பதையும் வெளிப்படுத்தவேண்டியுள்ளது. சிலப்பதிகாரத்தின் அங்கமாக நிலைகொண்டுவிட்ட பதிகம், ஒரு வகையான முன்னுரைதானே தவிர இலக்கியமன்று என்பதையும் இன்னும் சொல்லப்போனால் சிலப்பதிகாரத்தின் கருத்துக்கு எதிர்நிலையில் பதிகம் இருப்பதையும் சுட்டவேண்டியுள்ளது. இந்நூல் தமிழ்ப் பதிக மரபையும் சிலப்பதிகாரப் பதிகத்தையும் நவீனத் திறனாய்வு நோக்கில் அணுகி, பதிகங்களின் இயக்கத்தை வெளிப்படுத்த முயன்றுள்ளது. இன்று சிலப்பதிகாரத்துடன் இணைந்து காணப்படும், பதிகம், வெண்பா, உரைபெறு கட்டுரை முதலியவற்றை இலக்கியத்திலிருந்து பிரித்துப் புரிந்துகொள்வதற்கு இந்நூல் துணைபுரியலாம். இதன்பிறகாவது பள்ளி, கல்லூரி ஆசிரியர்கள் சிலப்பதிகாரப் பாடத்தில் கேள்வி கேட்க பதிகத்தைப் பயன்படுத்துவதைத் தவிர்க்க வேண்டும், சிலப்பதிகாரத்தின் இலக்கியத்தன்மையை அறிய வேண்டும்.

காலச்சுவடு வழியாக இந்நூலை வெளியிட வேண்டும் என்ற என் விருப்பை நிறைவேற்ற உதவிய அன்பிற்கினிய அண்ணன் சிலம்பு நா. செல்வராசு அவர்களுக்கும் எழுத்துநிலையில் இந்நூலை வாசித்துக் கருத்துரைத்து, மெய்ப்புத் திருத்தி அளித்த புதுவை இரா. கந்தசாமி அவர்களுக்கும் இந்நூலை எழுதியபோது

துணைநின்ற மானிடவியல் பேராசிரியர் திரு. ஆ. செல்லபெருமாள் அவர்களுக்கும் மொழிபெயர்ப்பில் உதவிய கோவை ரெ. இந்திராணி அவர்களுக்கும் மனைவி இரா. சுனிதாவுக்கும் குடும்பத்தார்க்கும் எனது அன்பு நன்றிகள். இந்நூலைப் பதிப்பிக்க முன்வந்த காலச்சுவடுக்கும் நன்றியுடையேன்.

*புதுச்சேரி*
*3.09.2019*

**கே. பழனிவேலு**

# 1

## இலக்கியம் எனும் மொழிச் செயல்பாடு

ஒரு பனுவல் அல்லது இலக்கியம் என்பது எழுத்தாளரின் மொழிச்செயல்பாடாகும். மொழி எவ்வாறு உரையாடல்தன்மையுடன் அமைந்திருக்கின்றதோ அதுபோலவே பனுவலும் உரையாடல் தன்மையிலேயே அமைந்திருக்கின்றது. ஒரு பேச்சினை, உரையாடலினை எதிரில் இருப்பவருடன் ஒருவர் நிகழ்த்துவதுபோலவே இலக்கியமும் நிகழ்த்துகிறது. பேச்சு, கேட்பவரை நோக்கிய உடனடி நிகழ்வாக உள்ளது. இலக்கியம் அல்லது பனுவல், வாசிப்பவரை நோக்கியதாக இருக்கும் அதே நேரத்தில் காலம் கடந்ததாகவும் உள்ளது. பனுவலை எதிர்கொள்ளும் வாசிப்பவர், கேட்பவரை விட நுண்மையானவராக, மொழியின் இன்னொரு பரிமாணத்தை அறிந்தவராக இருக்கிறார். அதாவது மொழியின் இன்னொரு பரிமாணமான எழுத்தை அறிந்து வாசிப்பவராக இருக்கின்றார். இவ்வெழுத்தை அறிதல் என்பது பனுவலின் மொழியை அறிவதற்குக் குறைந்தபட்சத் தகுதியாக அமைகின்றது. பனுவல், விரிவான மொழி ஆளுமையுடன் திகழ்வதால், எழுத்தை அறிதலுடன் மட்டும் அடங்கிப் போய்விடுவதில்லை. காரணம், பனுவல்வழி ஆவணப்படுத்தப்படுகின்ற மொழி காலம் கடந்தும், நிகழ்த்தப்படுகின்ற கணம் கடந்தும் நிகழ்த்துச் செயல்பாட்டைத் தொடர்ந்து செய்துகொண்டே இருக்கிறது.

பேச்சு, ஆவணத்தன்மையற்றிருப்பதனால் தனது நிகழ்த்துதல் செயலை அப்பொழுதே அறுத்துக்கொள்கிறது. நவீனத் தொழில் நுட்பங்கள் பேச்சை ஆவணப்படுத்தினாலும் பேச்சு நிகழ்ந்த சூழல், காலம், இடம், கேட்போர் போன்ற பல்வேறு கூறுகள் சார்ந்தே அவற்றைப் புரிந்துகொள்ள வேண்டியுள்ளது. ஒரு கணத்தில் நிகழ்த்தப்பட்ட பேச்சை, வேறு ஒரு கணத்தில் கேட்பவர் பேச்சு நிகழ்ந்த சூழல், காலம், இடம் முதலியவற்றைக் குறிப்புகளாக, பின்னிணைப்புகளாக வரலாற்றுமுறையில் தேர்ந்துகொள்ள வேண்டியுள்ளது.

எழுதப்பட்ட ஓர் இலக்கியப் பனுவல் சூழல், காலம், இடம், முதலியவற்றைக் குறிப்புப் பொருளாகவோ வெளிப்படை யாகவோ தனக்குள் பெற்றுத் திகழ்கின்றது. இவைமட்டுமன்றிப் பனுவலுக்கு வெளியிலிருந்தும் பல்வேறு புறக் கூறுகளை, வரலாற்றுமுறையிலான குறிப்புகளை வாசிக்கும் வாசகர் இணைத்துக்கொள்கின்றார். இதனால் பேச்சு, உரை, இலக்கியம், பனுவல், மொழிபு என்பன கணநேர உற்பத்தி மட்டுமல்ல. அது தொடர்ந்து நிகழ்ந்துகொண்டிருக்கிற மொழிச்செயல்பாட்டின் ஒரு பகுதி என்பதைப் புரிந்துகொள்ளலாம். இன்னும் சொல்லப்போனால் நாம் பயன்படுத்தும் இன்றைய மொழிகூட ஆதிகாலந்தொட்டு நிகழ்ந்துவருகிற மொழிச்செயல்பாட்டின் ஒரு பகுதிதான்.

இலக்கியத்தைப் பற்றிப் பேசுவதற்கு, திறனாய்வதற்கு, விமர்சிப்பதற்கு மொழியின் இயக்கம் பற்றிய புரிதல் முக்கியமானதாகும். மொழியியல் சார்ந்து உருவாகியுள்ள நவீனத் திறனாய்வுக் கோட்பாடுகள், அணுகுமுறைகள் இலக்கியத்தின் மீது புதிய ஒளியைப் பாய்ச்சுகின்றன. தொடக்ககால மொழியியல் ஆய்வுகள் ஒலியியல், சொல்லியல் சார்ந்த ஆய்வுகளையே மிகுதியும் நிகழ்த்தின. கருத்தாடல், எடுத்துரைப்பியல் போன்ற திறனாய்வுக் கோட்பாடுகள் இப்புள்ளியியல் மொழியியலைக் கவனத்தில் எடுத்துக் கொண்டாலும் மொழியாடலில் வெளிப்படும் நுட்பங்களையே பெரிதும் ஆராய்கின்றன.

மொழித் தகவல்தொடர்புச்சாதனமாக இருப்பதனால் மொழியின் ஒரு வடிவம் தகவலாகவே அமைகிறது. பெயர், வினை, ஏவல், அறிவிப்பு என எதுவாக இருந்தாலும் மொழியின் உற்பத்தி தகவல் சார்ந்தே நிகழ்கிறது. தகவலாக இருப்பதால் மொழி பிறக்கும் போதே பேசுவோர் – கேட்போர்; எழுதுவோர் – வாசிப்போர் என்ற முனைகள் உருவாகிவிடுகின்றன. அதற்குப் பிறகே அதன் இலக்கண வடிவம் *(Grammatical form)* முதன்மை

பெறுகிறது. தகவல் தொடர்பு, பொருள்தருதல் என்ற செயல் பாட்டில் மொழி பல்வேறு அமைப்புகளில் இயங்குகிறது. இதனை எடுத்துரைப்பியல் விரிவாக ஆராய்கிறது. எடுத்துரைப்பியல் என்பது பனுவல் ஒரு செய்தியைச் சொல்லும் முறையை மொழியியல் அடிப்படையில் விளக்குவதாக உள்ளது. எடுத்துரைப் பியல் சார்ந்த விளக்கத்திற்கு மொழியின் சாத்தியப்பாடுகளைப் பற்றிப் பேசியுள்ள பக்தினின் கருத்துகள் மிகவும் பயன்படுபவை யாக உள்ளன.

## மிகையில் பக்தின் (Mikhail Bakhtin) நோக்கில் காப்பிய வகைமை

நவீனத் திறனாய்வியல் நோக்கில் சிலப்பதிகாரத்தை ஆராய முற்படும்போது, ரஷ்ய அறிஞர் மிகையில் பக்தின் உலகக் காப்பிய வகைமைகளை நாவல் இலக்கிய வகைமைகளுடன் ஒப்பிட்டு உரைக்கும் கருத்துகள் கவனத்தில் கொள்ளப்பட வேண்டியவையாக உள்ளன. பக்தினுடைய மொழியியல் சார்ந்த திறனாய்வுச் சிந்தனைகள் பெரும்பாலும் நாவல்களைத் திறனாயும் நோக்கிலேயே அமைந்திருந்தன. பக்தின் காப்பியமும் நாவலும் *(Epic and Novel: Towards a Methodology for Study of the Novel)* என்ற கட்டுரையில் காப்பியத்தையும் நாவலையும் பல தளங்களில் ஒப்பிட்டு நாவலே சிறந்த இலக்கிய வடிவம் எனக் காட்டுகின்றார். நாவல் கட்டற்றதாகவும் வளையக்கூடிய தாகவும் இருக்கிறது. அதன்மொழி பல கலாச்சார, பல மொழிக் குரல்களை இணைப்பதாக, உரையாடல்தன்மையுடன் இருக்கிறது. அங்கதம், நகைச்சுவை ஆகியவற்றுடன் சுய எள்ளலுக்குட்படுத்தும் தன்மையதாக இருக்கிறது. பிற இலக்கிய வகைமைகளின் தன்மைகளை உள்வாங்கிக்கொள்வதாக, பொருண்மைத்திறப்புடையதாக, முற்றுப்பெற்றுவிடாமல் இன்னும் வாழ்ந்துகொண்டிருப்பதாக, தற்கால நடப்பியலைப் பரிமளிக்கச் செய்வதாக இருந்துகொண்டிருக்கிறது (1981: 3-40) எனக் குறிப்பிடுகிறார். அதேநேரம் அவர் காப்பியம், உயர் வகைமையானதாக *(High Genre)*, சிறப்பானவற்றை மட்டும் சித்திரிப்பதாக, பன்முக வாசிப்பு, வாசக அனுபவத்திற்கு இடமளிக்காத ஓர் இலக்கிய வகைமையாக, முற்றுப்பெற்றுவிட்ட, வாசகர் உள்நுழைவதற்கு வழிதராத மூடுண்ட வடிவமாக அமைந்துள்ளது என்கிறார்.

சிலப்பதிகாரம், மிகையில் பக்தின் காப்பியத்தின் தன்மையாகச் சுட்டும் ஒற்றைக்குரல்தன்மையுடன் இல்லாமல் பல குரல்களையும் பல அடுக்குகளையும் கொண்டிருப்பதுடன் வாசக அனுபவத்திற்கு மிகுந்த இடமளிப்பதாகவும் இருப்பதைக் காணமுடிகின்றது. அதுபோலவே ஆசிரியரின் குரல் மிகுந்து

ஒலிக்கின்ற ஒற்றைக்குரல் (*Monologic Narrative*) எடுத்துரைப்புடைய காப்பிய மரபுகளிலிருந்து வேறுபட்டு, உரையாடல்தன்மை எடுத்துரைப்புடன் (*Dialogic Narrative*) அமைந்திருக்கின்றது. என்றாலும், பக்தின் சுட்டும் காப்பியத்தின் தன்மைகளில் சிலப்பதிகாரத்தைக் குறுக்கிவிடுவதற்கும் வாய்ப்பிருக்கிறது. அதற்கு அடிப்படையாக அமைவது சிலப்பதிகாரப் பனுவலுக்கு முன்னுரையாக அமைந்துள்ள பதிகமே எனலாம்.

சிலப்பதிகாரத்திற்கு முன்னுரைபோல அமைந்திருக்கும் பதிகம் முன்னுரை வேலையை மட்டும் செய்யாமல் பனுவலின் பகுதி போலவே இயங்குகின்றது. பதிகத்தில் சிலப்பதிகாரப் பனுவல் முன்வைக்கும் கருத்துகள் எவைஎவை எனப் பட்டியலிடப்படுகின்றது. இப்பட்டியலே தமிழ்க் கல்விப் புலத்தில் சிலப்பதிகார வாசிப்பை வழிநடத்திவருகின்றது. பதிகம் கட்டமைக்கும் கருத்துகளின் அடிப்படையில் சிலப்பதிகாரப் பனுவலை வாசிக்கும் ஒரு சாதாரண வாசகர் பதிகத்தின் கருத்தையே பனுவலில் காண்கின்றார். பதிகத்தை மீறிய புரிதலை ஒரு சாதாரண வாசகர் பெறுவது சாத்தியம் அல்ல. பதிகத்தை ஒதுக்கிவைத்துவிட்டு சிலப்பதிகாரத்தை வாசிக்கும் மனநிலை இன்றுவரை நமக்கு ஏற்படவில்லை. அப்படி வாசிக்க, சாதாரண வாசகரைத் தாண்டிய திறனாய்வாளர் தேவைப்படுகின்றார். திறனாய்வுமுறையிலான வாசிப்பு தேவைப்படுகின்றது. அதனால்தான் பனுவல் பற்றிப் பேசும் ரோலாண் பார்த் வாசகரைத் தாண்டி, திறனாய்வாளர் என்பவரைக் காட்டுகின்றார். சாதாரண வாசகர் சிலப்பதிகாரப் பனுவலின் விரிவைப் பதிகத்தை மீறிக் கண்டுவிட இயலாது. அதனால் சிலப்பதிகாரத்தை நவீனத் திறனாய்வுக் கோட்பாடு களின் பின்னணியில் ஆராய்வதற்கு முன்னர், பனுவலின் பொருள் விரிவை அடக்கும் பதிகத்தை, சிலப்பதிகாரப் பனுவலில் பதிகத்தின் இடத்தை, பதிகத்தைப் போலவே பனுவலைச் சுருக்கி உரைக்கும் வெண்பாக்கள், கட்டுரைகள் போன்றவற்றையும் ஆராய வேண்டியுள்ளது. அப்பணியை இந்நூல் மேற்கொள்கின்றது.

ரஷ்ய அறிஞர் மிகையில் பக்தினின் மொழி சார்ந்த இலக்கிய ஆய்வின் பின்னணியிலும் அவர் முன்வைக்கும் ஒற்றைக்குரல், உரையாடல்தன்மைவாய்ந்த பனுவல்களைப் பற்றிய கருத்து களின் பின்னணியிலும் சிலப்பதிகாரத்தைக் காணுவதற்கு வாய்ப்பாகப் பனுவல் மீது கவிந்துகொண்டிருக்கும் பதிகத்தைத் திறனாய்வியல் நோக்கில் ஆராய இந்நூல் முனைகின்றது. இந்நூல் தமிழ்ப் பதிக மரபையும் சிலப்பதிகாரப் பதிகத்தையும் நவீனத் திறனாய்வு நோக்கில் ஆராய முயல்கிறது. தமிழிலக்கிய

வரலாற்றில் பதிக மரபின் தன்மையை ஆராய்வதும் நவீனத் திறனாய்வியல் பார்வையில் பதிகத்தின் இயக்கத்தை ஆராய்வதும் இந்நூலில் நோக்கமாகக் கொள்ளப்பட்டுள்ளன.

முன்னுரையாக அமைந்துள்ள பதிகம், சிலப்பதிகாரப் பனுவலின் மீது கவிந்துகொண்டு, பனுவலைப் பொருள்விரிவு கொள்ளாத அளவுக்குத் தடுக்கின்றது என்பது இந்நூலின் கருதுகோளாகக் கொள்ளப்பட்டுள்ளது. அதனால், இந்நூல் வரலாற்றியல் அணுகுமுறையையும் மிகையில் பக்தினின் மொழி பற்றிய கருத்துகளை உள்வாங்கிக்கொண்டு வளர்ந்துள்ள நவீனத் திறனாய்வியல் அணுகுமுறைகளான இடைப் பனுவலியம், துணைப்பனுவலியம் ஆகிய அணுகுமுறைகளை யும் கைக்கொண்டுள்ளது.

மேலும், பனுவலின் பகுதியாக இல்லாமல் இருந்தாலும், பதிகத்தைப் போலவே சிலப்பதிகாரப் பனுவலுடன் இணைத்தே வாசிக்கப்படுகின்ற உரைபெறுகட்டுரை, வெண்பாக்கள், கட்டுரைகள் ஆகியவற்றையும் ஆய்வுக்கு உட்படுத்த இந்நூல் முயன்றுள்ளது.[1] இதனால் அடிப்படையில் இவ்வாய்வு சிலப்பதிகாரப் பதிகம் பற்றியதாக இருந்தாலும் சிலப்பதிகாரத்தில் காணப்படும் உரைபெறுகட்டுரை, வெண்பாக்கள், கட்டுரைகள் ஆகியவற்றைப் பற்றிய ஆய்வாகவும் அமைந்துள்ளது.

---

1. சிலப்பதிகாரப் பதிகம் எழுதப்பட்ட காலம், சிலப்பதிகாரத்தைச் சில அறங்களாக முன்வைக்கின்ற அதன் நோக்கம், பதிகம் எழுந்ததன் சமூக, அரசியல் பின்னணிகள் ஆகியவை விரிவாக ஆராயப்பட வேண்டியவையாகும். சிலப்பதிகாரத் துணைப் பனுவல்களான பதிகம், உரைபெறு கட்டுரை, வெண்பாக்கள், கட்டுரைகள் முதலியவற்றால் சிலம்பின் சமண முகம் அழிக்கப்பட்டுத் தமிழ் முகம் உருவாக்கப்படுவதன் பின்னணிகள் போன்றவையும் ஆராயப்பட வேண்டியவையாகும். இந்நூலில் சிலப்பதிகாரப் பதிகம் திறனாய்வியல் கோட்பாடுகளின் பின்னணியில் மட்டுமே ஆராயப்படுகின்றது.

# 2

## தமிழ்ப் பதிக மரபு

சிலப்பதிகாரப் பதிகத்தை ஆராயத் தொடங்கும்போது தமிழ்ப் பதிக மரபு பற்றிய புரிதல் முதன்மையானதாகும். ஏனென்றால், எந்த ஒன்றையும் அதன் வரலாற்றுநிலையில் வைத்துக் காணும்போதே அதன் உண்மையான இருப்புநிலையை அறிந்துகொள்ளமுடியும். தமிழ்ப் பதிக மரபு என்பதே அடிப்படையில் கற்பித்தல் மரபுதான் என்பதை உரையாசிரியர்களின் கருத்துகளினால் உணரமுடிகிறது. இறையனார் களவியலுக்கு உரைவகுத்த நக்கீரர் தொடங்கி, இளம்பூரணர், நச்சினார்க்கினியர் உள்ளிட்ட பல உரையாசிரியர்களும் பதிகம் / பாயிரத்தைக் கற்பித்தல் மரபு சார்ந்ததாகவே காட்டுகின்றனர். பதிகங்கள் / பாயிரங்கள் பனுவலை வாசிப்பதற்கான குறிப்புகளாகவே இயங்கியுள்ளதைக் காண்கிறோம். இந்தக் குறிப்புகள் இயல்பானவையாக இல்லாமல், புனைவுகளாக, தொன்மங்களாக இருப்பதையும் காணமுடிகின்றது. இதனால் பதிகத்தையும் ஒரு புனைவுப் பனுவலுக்குரிய தன்மையுடனேயே காண வேண்டியுள்ளது என்பதனால், இலக்கியங்களைத் திறனாய்வது போலவே பதிகத்தையும் திறனாய்வு செய்ய இயலும்.

**பதிகம் / பாயிரம் இலக்கியச் சான்று**

பதிகச் செய்யுள் (ப.18, 302) என்று அடியார்க்கு நல்லாரால் சுட்டப்படும் பதிகம், சிலப்பதிகாரப் பனுவல் உருவான கதையை ஒரு புனைகதை

போலப் பனுவலுக்கு முன்னால் நிறுத்துகிறது. பதிகம் என்ற சொல்லாட்சியைச் சிலப்பதிகாரம் தவிர வேறு எந்தத் தமிழிலக்கிய நூலும் இடைக்காலம்வரை பயன்படுத்தாமல் இருந்துள்ளமையைக் கவனிக்க வேண்டியுள்ளது. சிலப்பதிகாரமும் பதிகத்திலேயே 'பதிகம்' என்ற சொல்லைப் பயன்படுத்து கிறது. பதிகம் என்ற சொல்லைவிடப் பதிகத்திற்கு இணையாக வழங்கும் மற்றொரு சொல்லான பாயிரம் என்பதே பயன்பாட்டில் இருந்துள்ளது.[1] பாயிரம் எனும் சொல் பதினெண் கீழ்க்கணக்கு நூல்களில் ஒன்றான பழமொழியில் கையாளப்பட்டுள்ளது.

> மறுமனத்தன் அல்லாத மாநலத்த வேந்தன்
> உறுமனத்தன் ஆகி ஒழுகின் – செறுமனத்தார்
> பாயிரம் கூறிப் படைதொக்கல் என்செய்ய
> ஆயிரம் காக்கைக்கோர் கல் (பழ. 249)

எனும் இப்பாடலுக்கு அளிக்கப்பட்ட விளக்கங்களின் அடிப்படை யில் பாயிரத்தை ஆய்வு செய்யும் இ.கி. இராமசாமி (1988:14,15),

> 'வீரத்துக்கு வேண்டு முகவுரைகள் சொல்லி' என்பது திரு நாராயண ஐயங்கார் எழுதியுள்ள பொருட்குறிப்பு ஆகும்.
>
> 'பாயிரம் – ஒரு நூலுக்கு முன் உரைக்கப்படும் முகவுரை; அஃது ஈண்டு ஒரு வீரன் தன் வீரச் செயலுக்கு முன்னர்க் கூறும் வீரவுரைகளை உணர்த்துகிறது' என்று மி.பொன். இராமநாதன் செட்டியார் தெளிவுரை எழுதியுள்ளார்.
>
> 'வேண்டிய அளவு முகவுரை கூறுதல்' என்றும், 'உதவி செய்வோர்க்குத் தாம் பின்னர்ச் செய்வதாக உறுதி கூறும் உரை' என்றும் இருவகையான விளக்கங்களை ம. இராசமாணிக்கம் பிள்ளை எழுதியுள்ளார்.
>
> 'பாயிரம் என்பது பெருமை என்னும் பொருளுடையது. இதற்கு முகவுரை என்று பொருள் கூறுவாரும் உண்டு' என்று மொ. அ. துரை அரங்கசாமி விளக்கம் கூறுகின்றார்.

என உரையாசிரியர்களின் கருத்துகளைத் தொகுத்துரைக்கின்றார். மேலும் "ஒரு வீரன் தன் பெருமையைப் படை பொருமுன் கூறிப் பொருதல் பாயிரம் எனப்பட்டது. எனவே, பரந்துபட்ட, புகழைக் கூறுகிற தன்மையுடையது பாயிரம் என்ற சொல் எனக் கருதுவது பொருத்த முடையதேயாம்" என மொ. அ. துரை அரங்கசாமியின் விளக்கத்தை ஏற்றுக்கொள்கிறார். பெருமை, புகழைக் கூறுதல் என்பன பொருத்தமுடையவையாக

---

1. பதிகமும் பாயிரமும் ஒருபொருள் குறித்த சொற்களாக இருப்பதனால் பதிகத்தை ஆய்வுப் பொருளாகக்கொண்ட இந்நூல் பாயிரத்தையும் கவனத்தில் கொள்கின்றது.

இருப்பினும் பாடலின் சூழல்பொருள் வெறுமனே புகழைக் கூறுதல் என்பதாக மட்டும் இருக்கவில்லை என்பதைப் பாடலின் எடுத்துரைப்புமுறை வெளிப்படுத்திவிடுகிறது. ஆயிரம் காக்கைக்கோர் கல் என்ற பழமொழியே பாடலின் பிற சொற்களுக்குரிய பொருள்களை நிர்ணயிக்கின்றது.

பாயிரம் கூறிப் படைதொக்கல் என்செய்ய
ஆயிரம் காக்கைக்கோர் கல் (பழ. 249: 3,4)

என்ற அடிகள் படை தொங்காமல், துவளாமல் இருப்பதற் காகப் பாயிரம் கூறப்பட்டதாகவும் அப்படிச் செய்தாலும் ஒரு பயனும் இல்லாமல் ஒரு கல்லுக்குப் பறந்துவிடும் காக்கை போலப் படை சிதறி ஓடித் தனது வலிமையின்மையைக் காட்டிவிடும் எனவும் சுட்டுகின்றன. இதன் வழி, பெருமை, புகழ் என்பதற்கும் மேல் பாயிரம் என்னும் சொல், ஒருவகையான புனைந்துரை, இல்லாததையும் இருப்பதாகக் காட்டுவது, உண்மையல்லாத வற்றைக் கூறுவது என்னும் பொருண்மைவிரிவுகளைப் பெற்றிருந்ததை உணரமுடிகிறது.

இதனால் பாயிரம் என்ற சொல்லே இயல்பாக இல்லாத புகழை, பெருமையை இருப்பதாக வலியுறுத்தும் புனைந்துரை எனக் கொள்ளலாம். ஆனால், தமிழ்ப் பனுவல் வாசிப்பு முறை யில் பதிகம் / பாயிரம் என்பது உண்மையைக் கூறுவதாகவே கருதப்படுகிறது. என்றாலும், எந்தப் பதிகம் / பாயிரமும் ஒரு நூலுக்கான கறாரான அறிமுகமாக, முன்னுரையாக மட்டும் இருப்பதில்லை என்பதைப் பழங்கால இலக்கியங்கள் தொடங்கித் தற்கால அணிந்துரை, வாழ்த்துரை, முன்னுரைகள்வரை காண்கிறோம். இதனால் நவீனத் திறனாய்வுப் பின்னணியில் பதிகம் / பாயிரம் பற்றி உருவாகியுள்ள கருத்துகளை அதன் வரலாற்றுப்போக்கில் அறிவதுடன் கட்டுடைத்தும் காணவேண்டி யுள்ளது.

## தொல்காப்பியம்: உரை மரபும் பாயிரமும்

தொல்காப்பியம், பதிற்றுப்பத்து, சிலப்பதிகாரம், மணிமேகலை, சீவகசிந்தாமணி போன்ற நூல்களுக்குப் பதிகம் / பாயிரங்கள் அமைக்கப்பட்டிருந்தாலும் பாயிரத்தின் இயல்பு குறித்த செய்திகளை உரையாசிரியர்களிடமே அறிய முடிகிறது. மொழி, இலக்கியங்களின் அமைப்பைப் பற்றிப் பேசும் பண்டைய இலக்கண நூலான தொல்காப்பியம் நூலுக்கான முன்னுரை யாகக் கருதப்படுகின்ற பதிகம் / பாயிரம் பற்றி எந்தத் தகவலையும் நேரடியாகத் தரவில்லை. ஆனால் சூத்திரங்களுக்கு உரை கூறும் மரபு பற்றிய செய்திகளில் பாயிரம் பற்றிய செய்திகள் அமைந்திருப் பதைப் பேராசிரியர் தமது உரையில் வெளிப்படுத்துகின்றார்.

ஒத்த சூத்திரம் உரைப்பின் காண்டிகை
மெய்ப்படக் கிளந்த வகையது ஆகி
ஈர் ஐங் குற்றமும் இன்றி நேரிதின்
முப்பத்திரு வகை உத்தியொடு புணரின்
நூல் என மொழிப நுணங்கு மொழிப் புலவர்

(தொல். பொருள். 653)

*என்ற நூற்பாவுக்கான உரையில் பேராசிரியர்,*

வடவேங்கடந் தென்குமரி
என்னுஞ் சிறப்புபாயிரஞ்செய்தார் பனம்பாரனாரெனவும்
வலம்புரி முத்திற் குலம்புரி பிறப்பும்
என்னும் பொதுப்பாயிரஞ் செய்தான் ஆத்திரையன் பேராசிரியனெனவும்
பாயிரஞ்செய்தான் பெயர் கூறியவாறு

*எனப் பாயிரம் செய்தவர் பெயரைச் சுட்டும் மரபு, உரை கூறும் மரபில் இருந்தமையை விளக்குகின்றார். மேலும், "ஒத்த சூத்திரம்" என்ற தொடரை விளக்கும்போது, "ஒத்த சூத்திரம் என்றதனான், நூலின் வேறாகிய* **இரு வகைப் பாயிரமுஞ் சூத்திரத்தோடு ஒத்த இலக்கணத்தவென்பது** *கொள்க" எனத் தொல்காப்பியத்திற்குப் பொது, சிறப்புப் பாயிரங்கள் இருந்தமையை விளக்குகின்றார்.*

*"ஒத்த சூத்திரம் உரைப்பின்" (தொல். பொருள். 653) என்ற நூற்பாவிற்குப் பேராசிரியர் சுட்டும் உரை வருமாறு:*

> *ஒத்த சூத்திரத்தினை உரை நடாத்தல் வேண்டின வழிப் பிறந்த காண்டிகையும் அக்காண்டிகையானும் விளங்காத காலத்து அதனையும் விளங்கக்கூறும் உரை விகற்பத்தது மாகிப் பத்துவகைக் குற்றமுமின்றி நுண்பொருளவாகிய முப்பத்திருவகை உத்தியொடு பொருந்திவரின் அதனை நூலென்று சொல்லுப நுண்ணிதின் உணர்ந்துரைக்கும் புலவர் என்றவாறு*

*இவ்வுரை, சூத்திரங்களையும் சூத்திரங்களோடு ஒத்த இலக்கணத்தை உடைய பாயிரங்களையும் உரைகளால் விளக்கும்போது காண்டிகையாக அமைத்தல் பற்றியும் அவை பத்துவகையான குற்றங்களும் இல்லாமல் முப்பத்தியிரண்டு உத்தியோடு புணர்ந்துசெல்வதாக அமைதல் பற்றியும் சுட்டுகின்றது. மேலும் அவ்வாறு உரைப்பவையே புலவர்களால் நூல் என்று சுட்டப்படும் எனப்படுகின்றது.*

*சூத்திரம் என்பதும் நூல் என்பதும் தொல்காப்பியத்தால் வேறுபடுத்தப்படும்புள்ளியைநாம்கூர்ந்துகவனிக்கவேண்டியுள்ளது. எழுதப்பட்ட மூலப் பனுவல் சூத்திரம் என்ற சொல்லாலும் உரை அல்லது விளக்கம் அளிக்கும் (வாய்மொழியாக அல்லது*

எழுதப்பட்ட) பனுவல் நூல் எனவும் குறிக்கப்படுவதைக் காணமுடிகின்றது.

மரபு நிலை திரியா மாட்சிய ஆகி
உரை படு நூல்தாம் இரு வகை இயல
முதலும் வழியும் என நுதலிய நெறியின (தொல். பொருள். 648)

என்ற நூற்பா, சூத்திரங்களின் மரபுநிலையில் இருந்து திரியாத மாட்சிமையுடன் உரைக்கப்படும்நூல்முதல்,வழிஎனஇருவகையாக அமையும் எனச் சுட்டுகின்றது. இங்குச் சூத்திரங்களுக்கு உரைக்கப்படும் உரைகளே உரைக்கப்படும் நூல் எனப்படுகின்றன என்பதை அறியலாம்.

வினையின் நீங்கிய விளங்கிய அறிவின்
முனைவன் கண்டது முதல் நூல் ஆகும் (தொல். பொருள். 649)

என்ற நூற்பா, சூத்திரங்களுக்கு உரை வரைபவன் வினையில் இருந்து நீங்கிய விளங்கிய அறிவை உடையவன் எனவும் அவனால் சுட்டப்படும் உரையே முதல் நூல் ஆகும் எனவும் பிற அனைத்தும் வழி நூல்களாகவே கருதப்படும் எனவும் இவ்வழி நூல்கள் முதல் நூலில் இருந்து தொகுத்து எழுதுதல், விரித்து எழுதுதல் தொகைவிரியாக எழுதுதல், வேறு வார்த்தைகளில் மொழிபெயர்த்து பிற கருத்துகளை இணைத்து எழுதுதல் என அமையும் எனவும் சுட்டப்படுவதை

வழி எனப்படுவது அதன் வழித்து ஆகும் (தொல். பொருள். 650)

வழியின் நெறியே நால் வகைத்து ஆகும் (தொல். பொருள். 651)

தொகுத்தல் விரித்தல் தொகைவிரி மொழிபெயர்த்து
அதர்ப்பட யாத்தலொடு அனை மரபினவே
(தொல். பொருள். 662)

என்ற நூற்பாக்களால் அறியலாம். இதன் பின்னணியிலேயே, "ஒத்த சூத்திரம் உரைப்பின் காண்டிகை" (தொல்.பொருள். 653) என்ற நூற்பாவை அணுகும் பேராசிரியர், "ஒத்த சூத்திரம் என்றதனான், நூலின் வேறாகிய இரு வகைப் பாயிரமுஞ் சூத்திரத்தோடு ஒத்த இலக்கணத்தவென்பது கொள்க" என உரைக்கின்றார். தொல்காப்பியம் வெளிப்படையாக இப்பாயிர மரபைச் சுட்டாது போனாலும் , உரைமரபுடன் பாயிர மரபு இணைந்து செல்வதைப் பேராசிரியர் நுண்மையாக அறிந்து வெளிப்படுத்தியுள்ளார்.

தொல்காப்பியம் பதிகம் / பாயிரத்தைப் பனுவலின் ஒரு பகுதியாகக் கருதாததனாலேயே அதைப் பற்றிய இலக்கணத்தை, வரையறையை அளிக்கவில்லை எனலாம். அதே நேரத்தில் பாயிரம் சொல்லுகின்ற மரபை **'ஒத்த சூத்திரம்'** எனச் சுட்டி அதனை

உரையுடன் இணைப்பதைக் காணமுடிகின்றது. பதிகம் / பாயிரத்தை இலக்கியத்தின் / இலக்கணத்தின் ஒரு பகுதியாகக் கருதாமல் இருப்பதே பழந்தமிழ் மரபாக இருந்திருக்கிறது. அதனால்தான் இலக்கியத்திற்கான இலக்கணத்தில் பதிகம் / பாயிரம் பற்றிப் பேசாமல் உரையைச் சொல்லத் தொடங்குமிடத்தில் பாயிரம் பற்றிப் பேசப்பட்டுள்ளது.

## இறையனார் களவியல் உரையும் பாயிரமும்

எழுதப்பட்ட பனுவலுக்கான முதல் உரையாக நமக்குக் கிடைக்கும் இறையனார் களவியல் உரையில், பாயிரம் பற்றிய விரிவான செய்திகள் பேசப்படுகின்றன.

ஆக்கியோன் பெயரே வழியே எல்லை
நூற்பெயர் யாப்பே நுதலிய பொருளே
கேட்போர் பயனோ டாயெண் பொருளும்
வாய்ப்பக் காட்டல் பாயிரத் தியல்பே

என்றும்

காலங் களனே காரணம் என்றிம்
மூவகை யேற்றி மொழிநரும் உளரே

என்றும் பாயிரத்தில் அமைந்துவரவேண்டிய செய்திகள் பற்றிப் பேசப்படுகின்றன. இவை அனைத்தும் மூலப்பனுவலைப் பயில முற்படும் வாசகருக்கு அளிக்கப்படும் முன்னுரையாக இருப்பதை உணரமுடிகின்றது. இதனால், பதிகம் / பாயிரம் பற்றிய செய்திகள் பனுவலாக்க மரபில் இல்லாமல் உரைஆக்க மரபில், இலக்கியக் கல்விப் புலத்தில் பரவலாக இருந்தமையை உணரமுடிகிறது.

இறையனார் களவியல் உரைகாரரான நக்கீரரை அடியொற்றிப் பின்னால்வந்த உரையாசிரியர்கள் பாயிரம் பற்றி விரிவாகப் பேசுகின்றனர். இக்கருத்துகள் அனைத்தும் மொழி அமைப்பு மாறாமல், வாய்பாடு போலத் திரும்பச் சொல்கின்ற தன்மையில் அமைந்திருக்கின்றன. இவ்வாறு பதிகம் / பாயிரம் பற்றிய கருத்துகள் பலராலும் சுட்டப்படுவதற்குக் காரணம் உரைமரபில், கற்பித்தல் மரபில் அவை பயிலப்பட்டு வந்ததே எனலாம். பல்வேறு உரையாசிரியர்களாலும் தொடர்ந்து விவரிக்கப்பட்ட பாயிரம் பற்றிய கருத்துகள் ஒருங்கிணைக்கப் பட்டுப் பொது, சிறப்புப் பாயிர இலக்கணங்களாகப் பிற்காலத்தில் பேசப்பட்டுள்ளன.

இலக்கியத்திற்கான இலக்கணத்தைப் பற்றிக் கவலைப்படாமல், எழுத்து, சொல் என மொழியின் அமைப்பை விளக்கும் நன்னூல்

இலக்கியத்திற்கான முன்னுரையாகக் கருதப்படும் நூலின் பதிகம்/ பாயிரம் பற்றி ஏன் பேசுகிறது என்பது கவனத்திற்குரியது. இலக்கணத்திற்கும் முன்னுரையாக அமைவது என்பதனால் பாயிரம் பற்றிய கருத்துகள் நன்னூலில் பேசப்பட்டுள்ளதாக அமைதி காணலாம். இருந்தாலும், இலக்கணமாக நன்னூலின் நோக்கம் இலக்கிய ஆக்கம் (குற்றம், அழகு, உத்தி) மற்றும் அதன் சார்பான பிற வகைமைகளைப் (முதல், வழி, சார்பு) பற்றிப் பேசுவதன்று என்பதனால் அவற்றைப் பேசும் பாயிரம் உரையாசிரியர்கள் கூறுவதைப் போல நன்னூலின் புறவுரை யாகவே இயங்கியுள்ளது எனலாம்.

நூலின் வரலாறு, வகைகள், நூலின் தன்மைகள், உரைகளின் வகைகள், ஆசிரியர்/ஆசிரியர் ஆகாதார் இலக்கணம், மாணாக்கர்/ மாணாக்கர் ஆகாதார் இலக்கணம், கற்றலின் வரலாறு, பாடம் கேட்கும் முறை என்பவற்றுடன் இணைத்தே பாயிரத்தின் இலக்கணத்தையும் நன்னூல் பேசுகின்றது. இதனால் பாயிரத்தின் இலக்கணத்தை, அமைப்பைப் பற்றிப் பேசுவது நன்னூலின் நோக்கம் அல்ல என்பதையும் நூல்களைக் கற்கும் / கற்பிக்கும் தமிழ்க் கல்வி மரபு சார்ந்தே பாயிரங்கள் பற்றிச் சொல்லப் பட்டுள்ளது என்பதையும் உணரமுடிகிறது.

**நன்னூல் விளக்கம்**

பதிகம் / பாயிரம் பற்றிய விளக்கங்களைத் தரும் இலக்கண நூலாகிய நன்னூல் தனது பொதுப் பாயிரத்தில் முதலாவது நூற்பாவில் பதிகம் / பாயிரம் என்றால் என்ன என்று விளக்காமல், பாயிரத்திற்கு உள்ள வேறுபெயர்களைப் பட்டியலிடுகின்றது.

முகவுரை பதிக மணிந்துரை நூன்முகம்
புறவுரை தந்துரை புனைந்துரை பாயிரம் (நன்.1)

எனும் நன்னூலின் பொதுப் பாயிரச் சூத்திரத்திற்கு உரை கூறும் உரையாசிரியர்கள்,

பாயிரத்தின் இலக்கணங்களை முன்உணர்ந்தல்லது, நூல்களைச்செய்தலும் அவற்றை ஈதலும் ஏற்றலும் முடியாமை கருதி முன்உரைத்தலின் முகவுரை என்றும்,

பதிகக் கிளவி பல்வகைப் பொருளைத்
தொகுதியாகச் சொல்லுதறானே

என்ப ஆகலின் மேல் வகுக்கும் ஐந்து பொதுவும் (3) பதினொரு சிறப்பும் ஆகிய (47,48) பல்வகைப் பொருளை யும் தொகுத்துச் சொல்லுதலின் பதிகம் என்றும் நூலினது பெருமை முதலிய விளங்க அணிந்துரைத்தலின் அணிந்துரை என்றும் முகவுரை என்றதுபோல நூன்முகம் என்றும் நூல்

நுதலிய பொருள் அல்லனவற்றை உரைத்தலின் புறவுரை என்றும் நூற்கு உள்ள, நுதலிய பொருள் அல்லனவற்றை அதற்குத் தந்துரைத்தலின் தந்துரை என்றும் அணிந்துரை என்றாற்போலப் புனைந்துரை என்றும் பாயிரத்துக்குப் பெயராம் என்றவாறு.

பாயிரம் என்பது வரலாறு. பாயிரம் கூறப் புகுந்தால் நிகண்டுபோல அதன் பெயர் விகற்பங்களைக் கூறியது என்னை எனின் இப்பாயிரம் பதிகமாகிய புறவுரை யாய்த் தந்துரைக்கப்படுவதேனும் நூற்கு இன்றியமையாத அணியாய் முன்உரைக்கப்படுவது என்பது இக்காரணக் குறிகளான் விளங்குதலின் என்க

என விளக்குகின்றனர். இணையான சொற்களிலிருந்து பதிகம் / பாயிரத்தின் பொருளை உணர்ந்துகொள்ள வேண்டும் என உரையாசிரியர்கள் சுட்டுகின்றனர். பதிகம் என்பது பல்வேறு வகையான பொருள்களைத் தொகுத்துச் சொல்வது எனும் செய்தி உரையிலேயே சொல்லப்படுவது அறியத்தக்கது. அடிப்படையில் பதிகம் / பாயிரம் என்பது நூலுக்குப் புறனானது என்பதைச் சுட்டும் உரையாசிரியர்கள் இவையனைத்துமே இட்டுக்கட்டப்படுவனவாக இருப்பதையும் உணர்த்துகின்றனர்.

நன்னூல் சுட்டும் பதிகம் / பாயிரத்தின் வேறு பெயர்களில் நூன்முகம் தவிர்த்த பிற சொற்கள் நூலை நேரடியாகச் சுட்டாமல் உரையுடன் தொடர்புகொண்டிருப்பதைக் கவனத்தில் கொள்ள வேண்டியுள்ளது. பொதுப் பாயிரத்தை நிறைவு செய்யும்,

மாடக்குச் சித்திரமும் மாநகர்க்குக் கோபுரமும்
ஆடமைத்தோள் நல்லார்க் கணியும்போல் – நாடிமுன்
ஐதுரையா நின்ற அணிந்துரையை எந்நூற்கும்
பெய்துரையா வைத்தார் பெரிது (நன். 55)

எனும் சூத்திரம் பதிகம் / பாயிரம் (நூற்பாவில் அணிந்துரை) எல்லா நூலுக்கும் முன்பகுதியில் இடம்பெறவேண்டும் எனக் கூறுகின்றது.

தனது ஆசிரியன், தன்னுடன் பயின்றவன், மாணாக்கன், உரைகாரர் என்போர் பாயிரம் இயற்றலாம் (நன்.51) எனவும் எளிதில் வெளிப்படாத பல நுட்பங்களை உள்ளடக்கிய நூலைச் செய்தபோதும், தனக்குத்தானே பாயிரம் இயற்றிக்கொள்ளுதல் தகுதியுடையது அன்று (நன்.52) என்றும் நன்னூல் சுட்டுகின்றது. இங்கு இயற்றுதல் எனச் சொன்னாலும் நன்னூல் இயம்புதல் (வாய்மொழியாகச் சொல்லுதல்) எனக் கூறுவது கவனிக்கத் தக்கது. மேலும் தன்னைத் தானே ஆசிரியன் புகழ்ந்துகொள்ளலாம் எனச் சில சூழல்களும் சுட்டப்படுகின்றன.

> மன்னுடை மன்றத் தோலைத் தூக்கினுந்
> தன்னுடை யாற்றலு ணராரி டையினும்
> மன்னிய வவையிடை வெல்லுறு பொழுதினுந்
> தன்னை மறுதலை பழித்த காலையுந்
> தன்னைப் புகழ்தலுந் தகும் புலவோற்கே             (நன். 53)

எனும் இச்சூழல்கள் புலவன் தன்னைத்தானே நிலைநிறுத்திக் கொள்வதற்கு மொழியும் உரையாடல்களையே காட்டுகின்றன. தன்னைத்தானே புகழ்ந்துகொள்வதற்கு அனுமதிக்கப்படும் சூழல்கள் அனைத்தும் உடனடி நிகழ்வாக அமைபவையே அன்றி முன்கூட்டித் திட்டமிட்டு எழுதி வாசிக்கத்தக்கவையல்ல. இவை, தன்னை வெளிப்படுத்திக்கொள்ள வேண்டிய நெருக்கடி களில் உரையாடலாக அமைபவை என்பதனால் பதிகம் / பாயிரம் உரைத்தல் மரபிலேயே (Oral tradition) உருவாகி இருப்பதையும் அம்மரபே நன்னூல் வரை நிலைகொண் டிருந்தமையையும் உணரமுடிகிறது.

### பாயிரம்: இறையனார் களவியல் உரையும் உரைத்தல் மரபும்

பதிகம்/பாயிரம் உரையாகச் சுட்டப்படும் அதே நேரம் நூலுக்கு, பனுவலுக்கு உரியதாகவே சுட்டப்படுகிறது. நூலுக்கு முன்னால் உரைப்பது; நூலின் முகப்பில் எழுதி அமைப்பது; புகழ்ச்சியாக இருப்பது எனும் பல்வேறு கருத்துகள் நன்னூலில் காணப்படுகின்றன. மேலும், பாயிரம் நடுநிலையானதன்று; புகழ்ச்சி, பெருமையை வெளிப்படுத்துவதாக இருப்பது என்பதை நன்னூல் தெளிவாகக் காட்டிவிடுகிறது.

நூலுடன் தொடர்புடையதாகக் காணப்படுகின்ற பாயிரம் பொதுவாக உரைக்கப்படுவதா அல்லது எழுதி அமைக்கப்படுவதா என்ற ஐயம் ஏற்படுகிறது. இதற்கு விடை காண, பதிகம் / பாயிரம் பற்றிய கருத்துகளை முதலில் குறிப்பிடும் இறையனார் களவியலுக்கு நக்கீரர் அளித்த உரையைக் கவனிக்கலாம்.

> அன்பின் ஐந்திணைக் களவெனப் படுவ
> தந்தணர் அருமறை மன்றல் எட்டனுள்
> கந்தருவ வழக்கம் என்மனார் புலவர்         (இறை. அகப். 1)

என்ற நூற்பாவிற்கு உரைகூறும் உரையாசிரியர் நேரடியாக நூற்பாவுக்கான உரையைக் கூறாமல் பாயிர மரபு பற்றிப் பேசுகின்றார்.

எந்நூல் **உரைப்பினும் அந்நூற்குப் பாயிரம் உரைத்து உரைக்க** என்பது மரபு என்னை?

> ஆயிரமுகத்தான் அகன்ற தாயினும்
> பாயிரம் இல்லது பனுவல் அன்றே

என்றாராகலானும், 'பருப்பொருட்டாகிய **பாயிரம் கேட்டார்க்கு** நுண்பொருட்டாகிய நூல் இனிது விளங்கும்', என்பவாகலானும், **'பாயிரம் உரைத்துரைக்க** வேண்டும்', என்பது மரபு

'என்போல?' எனின், 'கொழுச்சென்றவழித் துன்னூசி இனிது செல்லும் அது போல,' என்பது

அப்பாயிரம் இரு வகைப்படும், பொதுவும் சிறப்புமென அவற்றுள் பொதுப்பாயிரம் என்பது எல்லா **நூன்முகத்தும் உரைக்கப்படுவது**, சிறப்புப் பாயிரம் என்பது **தன்னால் உரைக்கப்படும்** நூற்கு இன்றியமையாதது.

'பாயிரம் என்ற சொற்குப் பொருள் யாதோ?' எனின், **புறவுரை** என்றவாறு. 'ஆயின், **நூல் கேட்பான்** புகுந்தோன் **நூல் கேளானோ? புறவுரை கேட்டென்னை?'** எனின், நூற்குப் புறனாக வைத்தும், நூற்கு இன்றியமையாததாதலி னென்க. 'என்போல?' எனின், கருவமைந்த மாநகர்க்கு உருவமைந்த வாயில் மாடம் போலவும், அளப்பரிய ஆகாயத்திற்கு விளக்கமாகிய திங்களும் ஞாயிறும் போலவும், தகை மாண்ட நெடுஞ்சுவர்க்கு வகை மாண்ட ஓவியம் போலவும் என்பது ஆகலின், **பாயிரம் கேட்டே நூல் கேட்கப்படும்** *(அழுத்தம் ஆய்வாளருடையது).*

இங்குச் சில தொடர்கள் நம் கவனத்தை ஈர்ப்பவையாக உள்ளன.

1. **எந்நூல் உரைப்பினும்** பாயிரம் **உரைத்து உரைக்க**
2. **பாயிரம் கேட்டார்க்கு**
3. **நூன்முகத்தும் உரைக்கப்படுவது**
4. **தன்னால் உரைக்கப்படும்**
5. **நூல் கேட்பான் புறவுரை கேட்டென்னை?**
6. **பாயிரம் கேட்டே நூல் கேட்கப்படும்**

என்பன பாயிரம் சொல்பவன் – கேட்பவன் என்னும் இரு முனைகளுக்குள் செயல்படுவதாகச் சுட்டுவதைக் கவனிக்கலாம். பாயிரம் நேரடித் தகவல் தொடர்பு முறையுடன் தொடர்புடையது என்பதைத் "தன்னால் உரைக்கப்படும் நூற்கு (பாயிரம்) இன்றியமையாதது" என்னும் தொடர் தெரிவிக்கிறது. இதனால், தொடக்கத்தில் பதிகம் / பாயிர மரபு, உரைத்தல் மரபுடன் தொடர்பு கொண்டிருந்தமையை அறியமுடிகிறது. அதாவது நூலுக்கு முன்னால் எழுதி அமைக்கப்படுவதாக அல்லாமல் நூலை உரைக்கும்போது அல்லது விளக்கும்போது உரைப்பதாக

இருந்துள்ளது. அதாவது விளக்கவுரை நிகழ்த்தும்போது எந்த நூலைப் பற்றி விளக்கவுரை நிகழ்த்தப்படுகிறதோ அந்த நூலைப் பற்றி அளிக்கும் அறிமுகமாகவே பதிகம் / பாயிரம் இருந்துள்ளது எனலாம்.

ஒரு நூலைப் பாடம் சொல்லும்போது நூலின் புகழினை, பெருமையினைப் புரிந்துகொள்வதற்கு ஏதுவான பல்வேறு கருத்துகளை நூலுக்குப் புறத்தேநின்று சொல்வதே பாயிரம் அல்லது பதிகம் எனச் சுட்டப்பட்டுள்ளது. முன்னுரையாகச் சுட்டப்படும் கருத்துகளின் அடிப்படையில் முழு நூலினையும் விளங்கிக்கொள்ள முடியும் எனக் கருதியே நூலைக் கற்பிப்போர் நூலுக்கான பதிகம் / பாயிரத்தைச் சொல்லியுள்ளனர். இதனால் பதிகம் / பாயிரம் சொல்லும் மரபு கற்பித்தல் மரபு சார்ந்ததுதான் எனத் துணியலாம்.

## உரையாசிரியர்கள் விளக்கம்

ஒரு நூலைப் புரிந்துகொள்ள, பாடம் கேட்கப் பாயிரம் எந்த அளவுக்கு உதவுகிறது என்பதை உரையாசிரியர்கள் பலவகையான உவமைகளால் விளக்கிச்செல்கின்றனர். இவ்வுவமைகள் அனைத்தும் கற்பித்தல் மரபில் நிலைகொண்டு விட்ட தொடர்களாக இருந்துள்ளன. வாய்மொழி வழியாக வழங்கிய கற்பித்தல் மரபில் இத்தொடர்கள் முக்கிய இடத்தைப் பெற்றிருந்துள்ளன. நாட்டுப்புற மரபில் பழமொழிகள் இத்தகைய கற்பித்தல் பணியைச் செய்திருப்பதை "ஐரோப்பியப் பண்பாட்டின் நடுக்காலத்தில் மக்கள்கல்விக்குப் பழமொழி முக்கியமாக இருந்திருக்கிறது. இக்காலத்தில் பழமொழிகள் தம் முதன்மை குறைந்து பண்டைய பயன்பாட்டின் எச்சங்களாக மாறிநிற்கின்றன (2009:5) எனும் எட்வர்ட் டைலரின் கூற்றால் உணரலாம்.

டைலர் சுட்டும் மக்கள்கல்வியிலிருந்து தமிழ்க் கல்வி வேறுபட்டது. என்றாலும், ஒரு பனுவலை வாய்மொழியாகக் கற்பிக்கும்போது கருத்தை வெளிப்படுத்துவதற்கான சொற்கோளங்களாகச் சில தொடர்கள் உருவாக்கப்பட்டுப் பயன்படுத்தப்பட்டுள்ளன. இவை வாய்மொழியாகத் திரும்பத்திரும்பச் சொல்லப்பட்டு, கற்பித்தல்சூழலில் புழங்கி வந்துள்ளன. அதனாலேயே இத்தொடர்களை உரையாசிரியர்கள் ஒரு மேற்கோளை, பழமொழியைப் பயன்படுத்துவதைப் போன்று பயன்படுத்துகின்றனர். இத்தொடர்கள் கற்பித்தல் புலத்திற்கு உரியவையே தவிர எந்த ஒரு தனிப்பட்ட உரை யாசிரியருக்கும் உரியவை அன்று. தொடர்ந்த பயன்பாட்டினால் இவை பிற்காலத்தில் சூத்திரங்களாக வடிவம் கொண்டுள்ளன

எனலாம். கற்பித்தல் மரபு சார்ந்து பதிகத்தைப் பற்றி விளக்க உரையாசிரியர்கள் பயன்படுத்திய உவமைகளை எல்லாம் ஒருங்குதிரட்டிப் பாயிர விருத்தி என்ற நூலில் அரசஞ் சண்முகனார் அளித்துள்ளார்.

> இனி நூல் உரைப்பான் புக்கு முதற்கண் புறவுரை உரைக்கப் புக்கு என்னை எனின்,
>
> ஆயிர முகத்தானகன்ற தாயினும்
> பாயிரமில்லது பனுவலன்றே
>
> எனவும், கொழூச் சென்றவழித் துன்னூசி இனிது செல்லுமாறு போலப் பருப்பொருட்டாகிய பாயிரம் கேட்டார்க்கு நுண் பொருட்டாகிய நூல் இனிது விளங்கும் எனவும் அது கேளாக்கால் குன்று முட்டிய குரீஇப் போலவும் குறிச்சி புக்க மான் போலவும் மாணாக்கன் இடர்ப்படும் எனவும், அப்பாயிரந்தான் நூற்குப் புறனாகவைத்தும் கருவமைந்த மாநகர்க்கு உருவமைந்த வாயில் மாடம் போலவும், தகைமாண்ட நெடுஞ்சுவர்க்கு வகைமாண்ட பாவை போலவும், அளப்பரிய ஆகாயத்திற்கு விளக்கமாகிய திங்களும் ஞாயிறும் போலவும், நாண் துறவாக் குல மகட்கு மான் துறவா அணியும் ஆடையும் போலவும், தலை அமைந்த யானைக்கு வினை அமைந்த பாகன் போலவும், கற்றுவல்ல கணவற்குக் கற்புடையாள் போலவும் அந்நூற்கு இன்றியமையாச் சிறப்பிற்றாம் எனவும் முந்துநூல் கூறலின், எந்நூலை உரைப்பினும் அந்நூற்குப் பாயிரம் உரைத்து உரைத்தல் மரபாயிற்று என்பது

என எழுதி, சுட்டப்பட்ட உவமைகளை விளக்கமாக வெளிப் படுத்துகின்றார். இறுதியில்

> பொதுப் பாயிரம் தன்னை உணர்தலின் வளர்ச்சிக்குத்தக இடர்ப்பாடு என்னும் இருள் நீக்கி நூலினை விளக்கும்; அந்நூற்கு அழகு செய்யும்; மாணாக்கர் உணர்ச்சிக்குப் பொருளான் அடங்காது தோன்றும் நூலைத்தான் குறிப்பான் அடங்குமாறு காட்டி நடத்தும் (2006ஆ:19)

எனக் குறிக்கிறார்.

## பனுவல்: பதிகம் – எதிர்நிலை

ஒரு பனுவலை விளங்கச் செய்வதில் பதிகத்திற்கு உள்ள பங்கினைப் பல்வேறு உவமைகளால் உரையாசிரியர்கள் வெளிப்படுத்த முனைந்துள்ளனர். இவ்வுவமைகள் அடிப்படையில் பதிகத்தின் இயல்பை வெளிப்படுத்துவனவாக உள்ளன.

1. வாயில் மாடம் – உள்ளே புக வழிவிடுவது
2. பாவை – சுவரை அழகுபடுத்துவது
3. திங்கள், ஞாயிறு – ஒளி தந்து விளக்குவது
4. அணி, ஆடை – அழகு தருவதுடன் மானம் காப்பது
5. பாகன் – அடக்கி வழிநடத்துவது
6. மனைவி (கற்புடையாள்) – தேவையறிந்து சேவை செய்வது

என உவமைகளுக்கு விளக்கம் தரலாம்.

நுண்பொருள், மாநகர், ஆகாயம், யானை எனும் நூலைப் பற்றிய உவமைகள் நூலினுடைய சிறப்பை விரித்து, பதிகத்தால் அதை விளக்கிக் காட்டிவிட முடியாது என்பதையும் தெரிவிக்கின்றன எனலாம். மொழி பல்வேறு எதிர்ப்பொருள்களையும் தமக்குள் பொதிந்துவைத்திருக்கிறது என்பதனால் நேரடியான இவ்விளக்கங்களுக்கு எதிரான பொருண்மைகளையும் நாம் கண்டடையலாம். அப்படிக் கண்டடையும் விளக்கங்களின் அடிப்படையில் பதிகம் உண்மையிலேயே நூலை விளங்கச் செய்வதுதானா என்ற கேள்வியை எழுப்பலாம். பதிகம் நூலுக்குத் துணையாக, பனுவலை அழகுபடுத்திவிடுவதாக மட்டும் இருப்பதில்லை என்பதை, நூல் பற்றிய உவமைகள் எதிர்நிலையில் கொண்டுள்ளன. மேலும், பதிகத்திற்கும் பனுவலுக்கும் சுட்டப்படும் உவமைகள் பனுவலுக்கு எதிர்நிலையில் பதிகம் இயங்குவதையும் வெளிப்படுத்துகின்றன.

| நூல் | பதிகம் |
|---|---|
| நுண்பொருள் ( புலனுக்கு அகப்படாதது) | பருப்பொருள் (புலனால் அறியக்கூடியது) |
| மாநகர் (பெரியது ) | வாயில், மாடம் (சிறியது ) |
| நெடுஞ்சுவர் (அழகற்றது, அலங்காரமற்றது) | பாவை (அழகுடையது, அலங்கரிப்பது) |
| ஆகாயம் (இருள்) | திங்கள், ஞாயிறு (ஒளி) |
| குலமகள் (அக அழகு) | அணி, ஆடை (புற அழகு) |
| யானை (உடல் வலிமை) | பாகன் (மன வலிமை) |
| கணவன் (தலைமை) | மனைவி (துணைமை) |

இவற்றால் பனுவலும் பதிகமும் அடிப்படையில் எதிர்மை உறவுடன் இருப்பதை அறியலாம். பதிகமும் பனுவலும் எதிர்மை உறவுடையவையாக இருப்பதனால், பதிகம் பனுவலை எந்த அளவிலும் முற்றும் விளக்கிவிடாது என்பதை உணரலாம். அதே நேரத்தில், ஆயிரமுகத்தால் அகன்றிருக்கக் கூடிய பனுவலை இடர்ப்படாமல் கற்க, ஓரளவு புரிந்துகொள்ள முன்னுரையாக உரைக்கப்படும் பாயிரம் அடிப்படையாக அமைந்திருக்கின்றது எனலாம். இவ்வுரைத்தல் என்பது தமிழ்க் கல்வி மரபு சார்ந்ததாக இருந்ததையே உரையாசிரியர்களின் கருத்துகள் காட்டுகின்றன.

நூலைச் சொல்பவர் – கேட்பவர் (கற்பிப்பவர் – கற்பவர்) சார்ந்ததாகப் பொதுப் பாயிரமும் சொல்லப்படும் பொருள் (கற்பிக்கப்படும் பொருள்) சார்ந்ததாகச் சிறப்புப் பாயிரமும் இருக்க வேண்டும் எனக் கருதப்பட்டுள்ளது. கற்பிக்கப்படும் பொருளான, குறித்த செய்திகளைத் தரும் பாயிரத்தில் என்னென்ன செய்திகள் இருக்கவேண்டும் எனச் சில வரையறைகள் உருவாக்கப்பட்டிருந்தமையை,

இனிச் சிறப்புப்பாயிரம் எட்டு வகைப்படும். 'அவை யாவையோ?' எனின், ஆக்கியோன் பெயரும், வழியும், எல்லையும், நூற்பெயரும், யாப்பும், நுதலிய பொருளும், கேட்போரும், பயனும் என இவை என்னை?

ஆக்கியோன் பெயரே வழியே எல்லை
நூற்பெயர் யாப்பே நுதலிய பொருளே
கேட்போர் பயனோ டாயெண் பொருளும்
வாய்ப்பக் காட்டல் பாயிரத் தியல்பே

என்றாராகலின்,

காலமும் களமும் காரணமும் கூட்டிப் பதினொன்று என்பாரும் உளர் என்னை?

காலம் களனே காரணம் என்றிம்
மூவகை ஏற்றி மொழிதரும் உளரே

என்பவாகலின் (இறை. அகப். 1, உரை),

எனும் நக்கீரர் உரை காட்டுகிறது. இளம்பூரணர் தமது தொல்காப்பிய உரையில் இவற்றை அப்படியே நூற்பா வடிவில் மேற்கோள் காட்டுகின்றார். நன்னூலும் இவற்றை அப்படியே நூற்பாவாகத் தருகின்றது. கற்பிக்கும் நூலைப் பற்றிய முன்னுரை யாக அமைந்த இச்சிறப்புப்பாயிர மரபே நூலுக்கான முன்னுரையாகப் பிற்காலத்தில் மாற்றம் பெற்றுள்ளது. இதனை, நக்கீரர், இளம்பூரணர் உரைகளில் சுட்டப்பட்ட கருத்துகள் அல்லது மேற்கோள்கள் நன்னூலில் நூற்பாவாக வடிவமைக்கப்

பட்டுள்ளதால் அறிந்துகொள்ளமுடிகிறது. கற்பித்தல் சார்ந்து, பயிற்றுவிக்கும் வாசகமாக உருவாக்கப்பட்ட தொடர்கள் திரும்பத் திரும்பச் சொல்லப்பட்டதனால் செறிவான மொழிநடையில், நூற்பாவாக மாற்றம் பெற்றுள்ளன. இவ்வாசகங்கள் கற்பித்தல் மரபு சார்ந்து தமிழ்க் கல்விப் புலத்தில் இயங்கியதனால் இவற்றைத் தமது நூற்பா என எந்தப் பனுவலும் / எவரும் உரிமை கொண்டாட இயலாமல் போயுள்ளது .

## நூலின் அமைப்பில் பாயிரம்

களவியல் உரை எழுந்த காலத்தில் கற்பித்தல் மரபுடன் இணைந்திருந்த பாயிரம், நன்னூல் காலத்தில் நூலின் பகுதியாக மாறத் தொடங்கியுள்ளது. அதனால்தான் கற்றல், கற்பித்தல் மரபுடன் இணைத்து நூல் யாத்தல், பாயிரம் செய்தல் போன்றவை பேசப்படுகின்றன. பாயிரம், கற்பித்தல் மரபு சார்ந்ததா நூலின் அமைப்பு சார்ந்ததா என்ற கேள்வியை நன்னூலுக்குள் எழுப்பினால் இரண்டையும் அனுசரித்துப் போகிற தன்மை இருப்பதை உணரலாம். அதாவது பாயிரம், கற்பித்தல் மரபிலிருந்து விடுபட்டு நூலின் அமைப்புக்குள் இடம்பெற முயன்றுகொண்டிருந்த மாற்றமைவுக் காலத்தில் *(Transaction Period)* நன்னூல் உருவாக்கப்பட்டிருக்கலாம்.

இங்கு நன்னூலின் ஒரு பகுதியாக அமைந்துள்ள சிறப்புப் பாயிரத்தில் கூறப்படுபவை அல்லது நூற்பாக் கருத்துகள் களவியல் உரை, இளம்பூரணர் உரை முதலியவற்றில் கூறப்பட்டவற்றின் தொகுப்பாக இருப்பது கவனிக்கத்தக்கது. கற்பித்தல் மரபிலிருந்து உரையெழுதுமரபு உருவாகிய சூழலில் பாயிரம் கூறும் மரபு, பாயிரம் எழுதும் மரபாக மாறிஇருக்கலாம். இந்த மாற்றமைவுக் காலத்தையே நன்னூல் பாயிரம் காட்டுகிறது.

> நன்னூல் மொத்தம் நூற்பாக்கள் 462. இவற்றுள் பாயிர நூற்பாக்கள் மட்டும் 55 (462–55=407); பாயிர எண்: 37, 41, 42, 43, 44, 45, 52, 54 ஆகிய நூற்பாக்கள் அப்படியே தொல்காப்பியம் இளம்பூரணர் எழுத்ததிகாரப் பாயிர உரையில் உள்ளன; பாயிர எண்: 46, 47, 48, 52, 54 ஆம் நூற்பாக்கள் இளம்பூரணர் உரைநடையைச் சுற்றுமாற்றிச் செய்யுளாக்கப் பெற்றவை; பாயிர எண்: 5, 6, 7, 8 ஆம் நூற்பாக்கள் இறையனார் அகப்பொருள் உரையில் உள்ளன; பாயிர எண்: 5, 6, 7, 8, 10, 11, 12 ஆம் நூற்பாக்கள், யாப்பருங்கல விருத்திஉரையில் (நூற். 10) காணப்படுகின்றன. இவற்றினின்று ஒன்றை உறுதிசெய்து கொள்ளலாம். நன்னூல் பாயிரத்தில் உள்ளவை – இறையனார் களவியல் உரை, யாப்பருங்கல

விருத்திஉரை, தொல்காப்பிய இளம்பூரணர் உரை என்பவற்றினின்று எடுக்கப்பட்டுள்ளன என்பது தெளிவு

என உரைகளிலிருந்து உருவாக்கப்பட்ட நூற்பாக்களைப் பட்டியலிடும் க. ப. அறவாணன் (1983: 4,5,7),

மயிலைநாதர் உரையைத்தவிர ஏனைய உரைகளில், பாயிரம், நன்னூலின் கூறுபோலக் காட்டப்படுவதால் பாயிரம், மயிலைநாதர் காலத்திற்குப் பின், சங்கர நமச்சிவாயர் காலத்திற்குச் சற்று முன், நன்னூலின் பகுதியாகவே கருதும் போக்குத் தொடங்கிஇருத்தல் வேண்டும். இவ்வாறு கருதி உரையும் வரையப்பட்டிருத்தல் வேண்டும்

எனக் கூறுகின்றார். நன்னூல் – சங்கர நமச்சிவாயர் உரையில் மேற்கோளாகச் சுட்டப்படும்,

பதிகக் கிளவி பல்வகைப் பொருளைத்
தொகுதியாகச் சொல்லுத றானே

என்ற மேற்கோள் பதிகம் பல்வேறு செய்திகளையும் உள்ளடக்கியதாக இருக்கவேண்டும் எனக் கூறுகின்றது. பதிகத்தைக் கிளவி எனச் சுட்டுவதும், சொல்லுதல் எனச் சுட்டப்படுதலும் கவனத்திற்குரியவை.

உரை மரபில், கற்பித்தல் மரபு சார்ந்து உருவாகியுள்ள பதிகம் / பாயிர மரபு நன்னூல் காலம் வரை கற்பித்தல் மரபையும் நூலின் முன்னுரையாக அமையும் மரபையும் இணைத்தே செல்கிறது. நூலுக்குப் புறனாக வைத்தலே பாயிரம் என்பதை அப்படியே ஏற்றுக்கொள்ளும் இளம்பூரணர் "பாயிர மென்பது புறவுரை. அது நூற்குப் புறவுரையேல் அது கேட்டு என்னை பயனெனின்" என விவரிக்கின்றார். இதுபோலவே நச்சினார்க்கினியரும் "பாயிரம் என்றது புறவுரையை. நூல் கேட்கின்றான் புறவுரை கேட்கிற் 'கொழுச் சென்றவழித் துன்னூசி இனிது செல்லுமாறு போல' அந்நூல் இனிது விளங்குதலிற் புறவுரை கேட்டல் வேண்டும்" எனக் குறிக்கின்றார். நக்கீரரைப் போலவே இளம்பூரணரும் நச்சினார்க்கினியரும் பாயிரத்தைக் கற்பித்தல் மரபு சார்ந்தது என உரைக்கின்றனர்.

பாடல் உரைத்தல் மரபை, கற்பித்தல் மரபைப் பற்றிப் பேசும் நன்னூல் நூல் எழுதும் மரபையும் தன்னுடன் இணைத்துக் கொள்கிறது. நக்கீரர் தமது உரையில் கூறிய முதல், வழி, சார்பு, யாப்புமுறை என்பவற்றுடன் குற்றம், அழகு, உத்தி, ஒத்து, படலம், சூத்திரம், உரை எனப் பலவற்றை நன்னூல் பாயிரம் சுட்டுகிறது. இதனால் நூல் எழுது மரபுக்குப் பாயிரம் முதன்மை அளிப்பதைக் காணலாம். நன்னூல் பாயிரத்தில் பாடம் உரைத்தல்

மரபும் கற்பித்தல் மரபும் இணைத்துச் சுட்டப்பட்டாலும் நூல் எழுது மரபுக்கு முக்கியத்துவம் அளிக்கப்படுவதால் பாயிரத்தை எழுது மரபு (*Writing Tradition*) சார்ந்து நூலின் பகுதியாக நிலை நிறுத்தும் முயற்சியே நடைபெறுகிறது எனலாம். பதிகம் எழுத்து மரபைச் சார்ந்தது என்ற கருத்தை இளம்பூரணர் உரையிலேயே காணமுடிகிறது (1972).

பாயிரத் திலக்கணம் பகருங் காலை
நூனுதல் பொருளைத் தன்னகத் தடக்கி
ஆசிரியத் தானும் வெண்பா வானும்
மருவிய வகையான் நுவறல் வேண்டும்

என்ற மேற்கோள் பாயிரத்திற்கான சிறப்பிலக்கணத்தைச் சுட்டுகிறது. பாயிரம் நூல் நுவன்ற பொருளை அடக்கியதாக இருக்கவேண்டும்; ஆசிரியப்பாவாலும் வெண்பாவாலும் அமைக்கப்படவேண்டும் என்ற வரையறை, பதிகம் எழுதப்படுவது என்ற கருத்தைத் தருகின்றது. என்றாலும் கற்பித்தல் மரபைத் தொடர்ந்தே பதிகம் எழுதும் மரபு உரைக்கப்படுகிறது.

## கற்பித்தல் (உரைத்தல்) மரபும் நூல் எழுது மரபும்

சங்கர நமச்சிவாயர் தமது நன்னூல் உரையில் கற்பித்தல் மரபையும் நூல் எழுது மரபையும் இணைத்து விவாதித்துப் பாயிரத்தை நூலின் அமைப்பு சார்ந்ததாக நிறுவ முயல்வதைக் காணலாம்.

நூலே நுவல்வோன் நுவலுந் திறனே
கொள்வோன் கோடற் கூற்றாமைந்தும்
எல்லா நூற்குமிவை பொதுப் பாயிரம் (நன். 3)

என்னும் நூற்பா, நூல் பற்றிய செய்திகளை மட்டுமன்றி நூலாசிரியன், அவனது திறன், வாசிப்பவன், வாசிக்கும் முறைமை எனப் பலவற்றைச் சுட்டுவதாகப் பொதுப்பாயிரத்தைச் சுட்டுகின்றது. நூலைப் பற்றியதாக மட்டுமன்றி ஆசிரியன், வாசிப்பவன் பற்றிய செய்திகளையும் பொதுப்பாயிரம் சுட்ட வேண்டும் என்ற கருத்தைச் சங்கர நமச்சிவாயரால் ஏற்க இயலவில்லை.

> பாயிரம் கூறுதல் நூல்கட்கு அன்றிப் பிறவற்றிற்கு அன்றே? அங்ஙனம் ஆதலின் நூல்களின் வரலாறு ஒன்றுமே கூறுவேண்டும். அதனோடு ஆசிரியன் வரலாறு முதலிய நான்கினையும் உடன் கூறுதல் வரலாற்று முறைமையின் வாராதார் நூல்களைக் கற்பிக்கவும் கற்கவும் புகின்

எனும் நமச்சிவாயர் கற்பித்தலுக்கு அடிப்படையாகப் பொதுப் பாயிரத்தின் வகைகள் இருப்பதைக் காட்டுகின்றார். மேலும்,

நூன்முகத்து உரைக்கப்படும் பாயிர உறுப்பினுள் நூலைக் கூறுவது பொருந்தாது எனின் இவ்விலக்கணத்தான் அமைபவன் ஆசிரியன் என்றாற்போல இவ்விலக்கணத்தான் அமைவது நூல் என்றதன்றிப் பாயிரத்துள் நூலைக் கூறியது அன்றாம். ஆதலின் ஆசிரியர் தொல்காப்பியர் நூலின் இயல்பை ஒத்துறுப்பாகிய மரபியலுள் கூறினாற்போல இவ்வாசிரியர் பாயிர உறுப்பினுள் கூறினார் என்க

என உரையாசிரியர்களின் மரபு சார்ந்து சமாதானம் உரைக்கிறார். இச்சமாதானத்திற்குக் காரணம் பாயிரத்தை நூலின் பகுதி யாகப் பார்க்கும் பிந்தைய மரபு சார்ந்த கருத்தேயாகும். கற்பித்தல் மரபில் நூலைப் பற்றிக் கூறுவதும் மாணவன் அதனை எப்படிக் கற்க வேண்டும் எனக் கூறுவதும் சிறப்பானவையே யாகும். இதனையே இந்நூற்பா சுட்டுகின்றது. இதற்கு மாறாக, சங்கர நமச்சிவாயர் பாயிரத்தை (பொது) நூன்முகமாக, நூலின் பகுதியாகப் பார்ப்பதனாலேயே சமாதானம் சொல்கிறர். அதாவது பாயிரம் நூன்முகமாக நூலின் அமைப்பு சார்ந்ததாக மாறிவிட்ட பிந்தைய நிலையைச் சங்கர நமச்சிவாயரின் உரை நமக்குக் காட்டுகிறது. சங்கர நமச்சிவாயரைப் பொறுத்தவரை பாயிரம் என்பது நூலின் முகப்பில் அமைந்து அந்நூல் உருவான வரலாறு, ஆசிரியர் வரலாறு கூறுவதாகும். இதனைச் சிவஞான முனிவர் உள்ளிட்ட பிற்கால உரையாசிரியர்கள் ஏற்றுக்கொள்கின்றனர். அதனால் பதிகம் / பாயிரம் என்பது ஒரு நூலின் வரலாறு கூறுவதாக ஏற்கப்பட்டுள்ளது.

## உரைப் பதிவும் பாயிரமும்

கற்பித்தல், கற்றல் மரபு சார்ந்து நூலை விளங்கிக் கொள்வதற்குச் சில அடிப்படைகளைத் தரும் குறிப்புகள் அல்லது வழிகாட்டியாகவே பாயிரம் / பதிகங்கள் உருவாகி யுள்ளன. நூலைக் கற்பிக்கத் தொடங்கும்போது உரைக்கப் பட்ட பாயிரம்/பதிகங்கள் உரைகள் தொகுக்கப்பட்டுப் பதிவு செய்யட்ட காலத்தில் நூலுடன் இணைக்கப்பட்டுள்ளன எனலாம். உரைக்கப்பட்ட உரைகள் பல காலத்திற்குப் பிறகே பதிவுசெய்யப்பட்டுள்ளன. அதுவரை வாய்மொழியாகவே வழங்கிவந்துள்ளன. இதனைக் களவியல் உரை (சூ.1),

இனி உரை நடந்து வந்தவாறு சொல்லுதும்; மதுரைக் கணக்காயனார் மகனார் நக்கீரனார், தம் மகனார் கீரங்கொற்றனார்க்குரைத்தார்; அவர், தேனூர்க்கிழார்க்குரைத்தார்; அவர், படியங்கொற்றனார்க்குரைத்தார்; அவர், செல்வத்தாசிரியர் பெருஞ்சுவனார்க்குரைத்தார்; அவர், மணலூராசிரியர்

புளியங்காய்ப் பெருஞ்சேந்தனார்க்குரைத்தார்; அவர், செல்லூராசிரியர் ஆண்டைப்பெருங்குமாரனார்க்குரைத்தார்; அவர், திருக்குன்றத் தாசிரியர்க்குரைத்தார்; அவர், மாதவளனார் இளநாகனார்க்குரைத்தார்; அவர், முசிறியாசிரியர் நீலகண்டனார்க்குரைத்தார். இங்ஙனம் வருகின்றது உரை.

எனக் கூறுவதனால் உணரலாம். இவ்வாறு பல தலைமுறைகள் வாய்மொழியாகவே நடந்துவந்த உரை பிற்காலத்தில் பதிவு செய்யப்பட்டுள்ளது. உரைக்கப்பட்ட உரையின் தொடக்கத்தில் சொல்லப்பட்ட பாயிரம், உரை எழுத்தாகப் பதிவு செய்யப்பட்ட காலத்திலேயே பதிவு செய்யப்பட்டுள்ளது.

## ஏடு எழுதுதலும் பாயிரமும்

உரையைப் பதிவு செய்யும் மரபில் நிலைகொண்ட பதிகம் / பாயிர மரபு ஏடு மாற்றி எழுதும்போது, படி எடுக்கும் போது நூலின் முக்கியமான உறுப்பாக மாறியுள்ளது எனக் கருதலாம். ஏடெழுதுவோர், தாம் எடுத்தெழுதும் நூலைப் புரிந்துகொண்ட வகையில் அதற்கு ஒரு குறிப்புரையை எழுதி வைக்கத் தொடங்கியுள்ளனர். இந்தக் குறிப்புரை எழுதுதல் நூலுக்கு மட்டுமானதாக அன்றி உரைக்கும் கடைப்பிடிக்கப் பட்டுள்ளது. இதனை உரைப் பதிகங்கள் அல்லது உரைச் சிறப்புப்பாயிரங்கள் நமக்குக் காட்டுகின்றன. உரையின் இறுதியில் இத்தகு சிறப்புப் பாயிரங்கள் இடம்பெற்றிருந்ததை அறிஞர்கள் சுட்டியுள்ளனர்.

உ.வே.சா. தமது சிலப்பதிகாரப் பதிப்பில் அடியார்க்கு நல்லாருரைக்குச் சிறப்புப் பாயிரங்கள் எழுதப்பட்டு ஒவ்வொரு காதை உரையின் இறுதியிலும் அமைக்கப்பட் டிருந்தமையைக் காட்டுகின்றார். இவை தமது பதிப்பில் விரிவஞ்சி விடப்படுகின்றன எனச் சுட்டுகின்றார். உரையைச் செய்தவர், உரைசெய்ய உதவியர், உரையின் இயல்பு பற்றியதான உரைச் சிறப்புப்பாயிர மரபு, உரை எழுதுகின்ற மரபுக்குப் பின் படியெடுத்து எழுதுகின்ற மரபு உருவான காலத்திலேயே தோன்றியிருக்கின்றது. இதனால் உரைக்குச் சிறப்புப் பாயிரம் எழுதும் மரபு, கற்பித்தல் மரபுடனும் படியெடுத்து எழுதுகின்ற மரபுடனும் இணைந்து வளர்ந்துள்ளது. தொடக்கத்தில் தான் கற்பிக்கும் நூலைப் பற்றிய கருத்தை மாணவர்களிடம் வாய்மொழியாகச் சொன்ன மரபு, பிற்காலத்தில் தான் வாசித்த, தான் படியெடுத்த நூலைப் பற்றிய கருத்தைப் பதிந்துவைக்கிற மரபாக மாறியிருக்கின்றது.

இப்பதிகங்களே / பாயிரங்களே முன்பின் அறிமுகமில்லாத ஒரு நூலை, அதன் உரையை வாசிப்பதற்கான குறிப்புகளாகச் செயல்பட்டுள்ளன. பாயிரத்தில் காணப்படும் நூலைப் பற்றிய குறிப்புகள், குறிப்பிட்ட நபரின் வாசிப்பாக மட்டுமே கருதப்பட வேண்டியனவாகும், ஆனால் சங்கப் பாடல்களுக்கு வகுக்கப்பட்ட கொளுக்கள் போல அப்படியே பாயிரத்தைப் பின்பற்றி நூலை வாசிக்கும் மரபே தமிழ் இலக்கிய உலகில் காணப்படுகின்றது. இது தவிர்க்கப்பட வேண்டிய ஒன்றாகும். உண்மையில் பதிகம் / பாயிரம் என்பது ஓர் ஆசிரியரின் கற்பித்தல்கருவி மட்டுமே. அதை ஒரு வாசகன் பின்பற்றலாம் அல்லது அதை விடுத்துத் தனக்கான கற்பித்தல் / வாசித்தல் கருவியை உண்டாக்கிக்கொள்ளலாம். இத்தகு புதிய கருவிகள் உண்டாக்கப்படும்போதே ஒரு பனுவல் பொருள்விரிவு கொள்ளும்.

3

# திறனாய்வியல் நோக்கில் பதிகம்

ஒரு நூலைப் புரிந்துகொள்ள, பாடம்கேட்க, பாயிரம் எந்த அளவுக்கு உதவுகிறது என்பதை உரையாசிரியர்கள் பலவிதமான உவமைகளால் விளக்கிச்சென்றமை மேலே காட்டப்பட்டது. அவர்களுடைய உவமைகள் அனைத்தும் எதிர்மைகளாக இருப்பதனால் பதிகமும் பனுவலும் உண்மையில் எதிரெதிராக இயங்கியுள்ளன எனலாம்.

புலனுக்கு அப்பாற்பட்டதாக அமைந்து வாசகனுடைய பார்வைக்கும் அனுபவத்திற்கும் ஏற்பப் பொருள்விரிவு கொள்ளவேண்டிய பனுவலைப் பதிகம் ஒரு பருப்பொருளாக முன் வைக்கிறது. பதிகத்திற்கும் பனுவலுக்குமான உறவைத் தெரிவிக்கும் உவமைகள், பதிகம் எந்த அளவுக்குப் பனுவலுக்கு விசுவாசமாக இருக்கிறது என்பதைத் (கணவன் – மனைவி, குலமகள் – அணி, ஆடை) தெரிவிக்கின்றன. ‘தலையமைந்த யானைக்கு வினையமைந்த பாகன் போல’ என்ற நச்சினார்க்கினியரின் உவமை, பாயிரம் எந்த அளவுக்குப் பனுவலைக் கட்டுப்படுத்தியுள்ளது என்பதைத் தெரிவிக்கிறது. தலைமைப்பண்பு / ஆளுமைத்திறன் கொண்ட யானையை, அதன் அளப்பரிய பலத்தை ஒரு பாகன் அடக்குவது போலப் பனுவலின் பொருள்விரிவைப் பதிகம் அடக்கிவிடுகிறது என்பதை உரையாசிரியர்கள் நேர்மறையாக எடுத்துக்கொண்டிருக்கின்றனர். ‘அளப்பரிய ஆகாயத்திற்கு விளக்கமாகிய திங்களும் ஞாயிறும் போல’ என்ற நச்சினார்க்கினியரின் உவமை திங்களாலும் ஞாயிற்றாலும் கூட

ஆகாயத்தை, அதில் உள்ள புலனுக்கு அப்பாற்பட்ட பொருள்களை விளக்கிவிட முடியாது என்ற கருத்தை இன்றைய பார்வையில் நமக்கு அளிக்கின்றன. கட்டவிழ்ப்பியல் பார்வையில் எதிர்ப்பதமான கருத்துகள் இருப்பதைப் புரிந்துகொண்டாலும் மரபான வாசிப்பில் ஈடுபடும் ஒரு வாசகர் பதிகத்தைத் தொடர்ந்தே பனுவலுக்குள் செல்கிறார். இதனால் பதிகத்தை மீறி யோசிக்க இயலாதவராக ஒரு சாதாரண வாசகர் இருக்கிறார். நவீனத் திறனாய்வியல் நோக்கில் பதிகத்தின் / பாயிரத்தின் தன்மைகளாகச் சுட்டப்பட்டவை, பனுவலை வாசகருக்கு எளிதாகத் திறந்துவிட்டு, அவருக்கு வேலையில்லாமல் ஆக்கி விடுகின்றன. அதன் அடிப்படையில் பதிகத்தைப் பற்றிய உவமைகள் அனைத்தும் பனுவலைப் பொருள்விரிவு கொள்ளாத அளவுக்கு மூடுவனவாக இருப்பதைக் காணலாம்.

## பாயிர மரபும் தொன்மமும்

நூலைக் கற்பிப்பதற்கு உதவும் குறிப்புரை என்பதற்குமேல் நூலின் வரலாறு கூறுவது, உண்மையை உரைப்பது என்ற தகுதியைப் பாயிரம் பெறும்போது பனுவலைத் திறப்பதற்குப் பதில் மூடத்தொடங்கிவிடுகிறது. தமிழ்ப் பதிக மரபில் நூலின் வரலாறாகச் சுட்டப்பட்டவை அனைத்தும் புனைவுகளாக, தொன்மவயப்பட்டவையாக இருப்பதும் கூர்ந்து கவனிக்கத்தக்கன.

பதிகம் என்ற ஒன்று இல்லாமல், கற்பித்தல் மரபு சார்ந்து களவியலுக்குச் சுட்டப்படுகின்ற பதிகம் / உரைப்பதிகம் களவியல் நூலையும் அதற்கு வழங்கப்பட்ட உரையையும் தொன்மமாக முன்வைப்பதைக் காணமுடிகிறது. நூலை 'ஆலவாயில் அழனிறக் கடவுள்' சிந்தித்துச் செப்பிதழாக எழுதி அளிக்கிறார். மூங்கைப் பிள்ளையான உருத்திரசன்மன் சிறந்த உரையைத் தேர்ந்தெடுக்கிறான். இந்த மூங்கைப் பிள்ளை, நூலை எழுதிய மதுரை ஆலவாயில் பெருமானடிகளின் பிள்ளையான குமாரசுவாமி என உரை கூறுகிறது. நூலைத் தொன்மவயப்படுத்தும் முயற்சிக்குத் தமிழ்ப் பதிக / பாயிர மரபு பெருந்துணையாக இருந்துள்ளது எனலாம். சிலப்பதிகாரப் பனுவல் உருவாக்கத்தினைத் தொன்மமாக்க முயலும் முயற்சியைச் சிலப்பதிகாரப் பதிகத்திலும் நாம் காணலாம்.

## சிலப்பதிகாரப் பதிகமும் எடுத்துரைப்பாளரும்

பதிகம் புகழ்ந்துரையாக இருப்பதனால் அதனை நூலாசிரியர் எழுதுவதில்லை என்ற மரபு உரையாசிரியர்கள் தொடங்கி வழிவழியாகச் சுட்டப்பட்டுவந்தாலும் சிலப்பதிகாரப் பதிகத்தை இளங்கோவடிகளே எழுதியதாகக்

கருதும் போக்கு தொடர்ச்சியாக இருந்துவருகின்றது. அறிஞர் க. கைலாசபதி கூட, 'காவிய கர்த்தா இளங்கோவே, சில செய்திகளுக்காகத்தான் நூலை இயற்றியதாகக் கூறியுள்ளார்' (1996: 207) என உரைக்கின்றார்.

இளங்கோவடிகளே பதிகத்தையும் எழுதினார் என்ற கருத்தைப் பல ஆய்வாளர்கள் ஆராய்ந்துள்ளனர். தம் நூலுக்குத் தாமே பதிகம் எழுதும் மரபு பண்டைக் காலத்தில் இல்லை என்பதை நன்னூலின் அடிப்படையில் விளக்கும் ஏ.வி. சுப்பிரமணிய அய்யர் (1977: 100),

> தெளிந்த ஒரு பழைய மரபிற்கு எதிராக, இளங்கோவடிகளும் கூலவாணிகன் சாத்தனாரும், தங்கள் நூல்களுக்குத் தாங்களே பதிகங்களை எழுதிக்கொண்டார்கள் என்று கொள்வது பொருத்தமில்லை. மேலும் பதிகங்களின் வாசகங்களைப் பார்த்தாலும் அவை நூலாசிரியரல்லாத பிறரால் எழுதப்பெற்றிருக்க வேண்டும் என்ற முடிவு வலியுறுகிறது. சிலப்பதிகாரப் பதிகத்தின் முடிவில்,
> 
> > இவ்வாறைந்தும்
> > உரையிடையிட்ட பாட்டுடைச் செய்யு
> > ளுரைசால் அடிகள் அருள மதுரைக்
> > கூலவாணிகன் சாத்தன் கேட்டனன் (பதி. 86-89)
> 
> என்று படர்க்கைநிலையில் கூறப்பட்டுள்ளது. இளங்கோவடிகள் இவ்வாறு தம்மையே படர்க்கையில் குறிப்பிட்டெழுதியிருப்பார் என்று கருதுவது சரியில்லை. தம்மைப் பற்றி ஒருவர் படர்க்கையில் வரைவது உலகியலுக்கு முரணானது

எனக் கூறுகின்றார். பதிகத்தை இளங்கோவடிகள் எழுத வில்லை எனக் கூறுவதற்குப் பதிகத்தின் எடுத்துரைப்புத்தன்மை யைச் சுப்பிரமணிய அய்யர் கவனத்தில் கொண்டிருப்பது சுட்டத் தக்கது. சிலப்பதிகாரப் பதிகத்தின் எடுத்துரைப்புத்தன்மையை ஆராய்ந்தால் பனுவலும் பதிகமும் கொள்கின்ற முரண்பாடு களை நம்மால் அறிந்துகொள்ளமுடியும்.

'இளங்கோவடிகள் யார்?' என்ற நூலில் தொ.மு.சி. ரகுநாதன் (1984:19-45) அவர்கள் சமூகவியற் பின்னணியில் பதிகத்தையும் பனுவலையும் ஒப்பிட்டுப் பல கேள்விகளை எழுப்புகின்றார்.

1. செங்குட்டுவனிடம் குன்றக் குறவர்கள் கண்ணகியைப் பார்த்தது பற்றிக் கூறும்போது இளங்கோ உடன் இருந்தாரா? இருந்தார் எனின் குறவர்கள் மீண்டும் குணவாயில் கோட்டத்திற்கு வந்து ஏன் கூற வேண்டும்?

2. பாண்டிய நாட்டின் தலைநகரான மதுரையே எரிந்துபோனது ஓர் அரசியல் முக்கியத்துவம் வாய்ந்த செய்தி. இதைப் பதினான்கு நாட்கள் கழித்துச் சாத்தனார் வந்து கூறுகின்ற வரையில் செங்குட்டுவனோ இளங்கோவோ எப்படித் தெரிந்துகொள்ளாமல் இருந்தனர்?

3. கண்ணகி – மதுரா தெய்வம் உரையாடலை, வெள்ளியம்பலத்தில் படுத்திருந்தபோது கேட்டதாகச் சாத்தனார் உரைக்கிறார். வெள்ளியம்பலம் என்ற பெயர் மதுரைக்கு வழங்கியது தேவாரக் காலத்தில்தான். எப்படி அப்பெயர் பதிகத்தில் குறிக்கப்படுகிறது? சிலப்பதிகாரத்திற்கு முரண்பட எதிரே வந்து மதுரைத் தெய்வம் உரையாடியதாகக் குறிப்பது ஏன் ?

4. கண்ணகிக்குப் பத்தினிக் கோட்டம் எடுத்த பின்பே உரைசால் பத்தினியை உயர்ந்தோர் ஏத்துவர் என்னும் செய்தி வருகிறது. இந்தச் செய்தியைத் தெரிவிக்கும் வஞ்சிக் காண்டத்தை இளங்கோ அப்பொழுதே எழுத முற்பட்டுவிட்டார் என்பது எப்படிப் பொருந்தும்?

என்னும் கேள்விகளை எழுப்பிக்கொண்டு அதற்கு விடைகாணும் ஆசிரியர் அந்தப் பதிகம் தேவாரக் காலத்துக்குப் பின்னரே எழுதப்பட்டிருக்க வேண்டும் என்பதும், எனவே இளங்கோவடிகளும் சாத்தனாரும் உரையாடிக்கொண்டிருந்ததாகக் கூறும் பதிகம் சிலப்பதிகார ஆசிரியரான இளங்கோவடிகள் இயற்றியது அல்ல என்பதும் தெளிவாகிறது எனக் கூறுகின்றார்.

சிலப்பதிகார உரையாசிரியர்கள் சிலர் பதிகத்தை இளங்கோவடிகளே எழுதியதாகக்கொண்டு உரையெழுதியுள்ளதை அறிய முடிகிறது. ஆனால் பதிகம் அடிகள் இயற்றியது அன்று என்பதை அதன் எடுத்துரைப்புமுறை வெளிப்படுத்திவிடுகிறது. இதனைச் சிலப்பதிகாரத்திற்கு உரை இயற்றிய பொ.வே. சோமசுந்தரனார் (1979: 24,25),

> பதிகத்தின் மரபினாற் செய்யப்பட்டது என்றவாறு. இப்பதிகம் அடிகளாரை யாண்டும் படர்க்கையிலேயே கூறுவதனால் இதனைச் செய்த சான்றோர் பிறர் என்பது தேற்றம். அவர் பெயர் முதலியன தெரிந்தில.

என வெளிப்படுத்துகின்றார். ஆனால், சிலப்பதிகாரத்திற்குச் சிறப்பான உரையெழுதியுள்ள வேங்கடசாமி நாட்டார் கூட இளங்கோவடிகள்தான் பதிகம் எழுதினார் என்ற கருத்துடையவராகத் திகழ்கின்றார். அதற்குக் காரணம் நாட்டார், அடியார்க்கு

நல்லார் உரையைத் தமது உரைக்கு அடிப்படையாகக் கொண்டதே ஆகும். அடியார்க்கு நல்லார் உரையிலிருந்து பல இடங்களில் மாறுபட்டாலும் அவரது உரையே நாட்டார் உரைக்கு அடிப்படையாகத் திகழ்ந்துள்ளது என்பதைக் காணலாம். பதிக உரையிலேயே அடியார்க்கு நல்லார் கூறியது 'ஈண்டைப் பொருந்துவதன்று, கருதியது ஏற்புடைத்தன்று, கூறியது மிகை' என எழுதிச்செல்லும் ந.மு. வேங்கடசாமி நாட்டார் அடியார்க்கு நல்லாரைப் பின்பற்றி 'இனித்தாம் வகுத்துக்கொண்டதனைக் கூறுவார்' என இளங்கோவடிகள் கூற்றாகவே பதிகத்தை நிறுத்துகின்றார்.

சிலப்பதிகாரத்திற்கு உரையெழுதும் தற்கால உரையாசிரியர்கள்கூடப் பதிகத்தை இளங்கோவடிகளே எழுதியதாகக்கொண்டு உரையெழுதியுள்ளதை அறிய முடிகிறது. அதற்குக் காரணம் அடியார்க்கு நல்லார் உரையைப் பின்பற்றுவதே ஆகும். சிலப்பதிகாரப் பதிகத்தை எழுதியவர் யார் என்பது பற்றிப் பல்வேறு விதமான கருத்துகள் ஆய்வாளர்களால் தெரிவிக்கப்பட்டுள்ள நிலையில் வெ.சு. சுப்பிரமணிய ஆச்சாரியார் அடியார்க்கு நல்லாரைப் பதிக ஆசிரியராக முன்னிறுத்த முயன்றுள்ளதைக் காணமுடிகிறது. அவர்,

> அப்பதிகத்தில் "அடிகள் நீரே யருளுக" (பதி – 62) என்று கூறிய கூலவணிகன் சாத்தனாரை நோக்கி இளங்கோவடிகள் இவ்வாறைந்து காதைகளையும் அதாவது மங்கலவாழ்த்துக்காதை முதலாக வரந்தருகாதை இறுதியாகவுள்ள 30 காதைகளையும் அருளிச்செய மதுரைக் கூலவணிகன் சாத்தன் கேட்டனன்" என்று இளங்கோவடிகளைப் படர்க்கையில் (மூன்றாமவரைப் போல்) கூறியிருக்கின்றமையால் இளங்கோவடிகள் பதிகத்தைச் செய்துள்ளார் என்பதற்கு ஆதாரம் இல்லை. மேலும் இளங்கோவடிகளே பதிகம் செய்தார் என்பது இலக்கண வரம்பையும் கடக்குமன்றோ? "மதுரைக் கூலவணிகன் சாத்தன் கேட்டனன்" என்று சாத்தனாரையும் படர்க்கையால் கூறியிருக்கின்றமையால் சாத்தனார் செய்தார் என்றலும் பொருந்துமாறில்லை. அடியார்க்கு நல்லார் இயற்றியிருக்கலாமோ எனின் இவருக்கு முற்பட்ட உரையாசிரியர்களாகிய இளம்பூரணர் முதலியோர் தொல்காப்பிய உரையில் இப்பதிகத் தொடர்களிலிருந்து சில தொடர்களை (பதி. 4) (தொல். மெய்ப்பாடு.சூ.7) உரையில் எடுத்தாண்டுள்ளார்கள். ஆதலால் அவர் எழுதினார் என்றலும் பொருந்துமாறில்லை. ஆனால் பாயிரம் எழுத உரிமையுடையவர்களாக முன்னர்க்

> குறிக்கப்பட்டுள்ளவர்களுள் எவரும் அகப்படவில்லை
> எனினும் இந்நூலுக்கு முதன்முதல் உரையெழுதிய
> அரும்பத உரையாசிரியரே இப்பதிக மெழுதியிருக்கலாம்
> என்று ஊகித்தற்கிடமுண்டு. அது இலக்கணமரபிற்கும்
> பொருத்தமுடையதாகும் (1947: 20)

எனக் கூறுகின்றார். ஆனால் அடியார்க்கு நல்லாரோ சிலப்பதிகாரப் பதிகத்தை இளங்கோவடிகளே எழுதியதாகக் கொண்டு உரையெழுதியுள்ளதைக் காணமுடிகிறது. அவர் தமது உரையில் பதிகத்தை இளங்கோவடிகளே எழுதியுள்ள தாகக் குறிப்பதை 'இனித் தாம் வகுத்துக்கொண்டதனைக் கூறுவார்' எனக் கூறுவதன்வழி உணரலாம்.

பதிகத்தை அடியார்க்குநல்லார் எழுதியிருந்தால், பதிக ஆசிரியராகச் சிலப்பதிகார ஆசிரியரைக் காட்டியிருக்கமாட்டார். அப்படிக் காட்டவேண்டிய தேவை ஏதும் அவருக்கு இருந்திருக்கமுடியாது. இப்பதிகத்தை அடியார்க்குநல்லாருக்கு முன் சிலப்பதிகாரத்தை வாய்மொழியாகப் பாடம் சொன்ன பெயர் தெரியாத மூதாதையர் ஒருவர் ஆக்கியிருக்கலாம். அவர் சிலப்பதிகாரத்தைப் பாடம்சொல்லும்போது தாம் சொல்லும் பனுவலின் அறிமுகமாக இதனைச் சொல்லியிருக்கலாம். களவியல் உரை பல தலைமுறைகள் வாய்மொழியாக வழங்கி வந்து பதிவு செய்யப்பட்டுள்ளதைப் போல அறிமுகமாகச் சொல்லப்பட்ட பதிகமும் (அரும்பத ஆசிரியர், அடியார்க்கு நல்லார் உரைகளுக்கு முந்தைய வேறு உரைகளில்கூட) பதிவு செய்யப்பட்டிருக்கலாம். பாடம்சொன்ன மரபில் உருவான தாலும் வெவ்வேறு ஆசிரியர்கள் இப்பதிகத்தைப் பின்பற்றி வந்ததனாலும் ஏட்டில் / எழுத்தில் பதிவுசெய்யப்பட்டபோது சொன்னவர் / எழுதியவர் பற்றிய குறிப்புகள் சேர்க்கப்படாமல் போய்விட்டிருக்கின்றன. பதிகத்தை எழுதியவர் யார் என்ற அடையாளம் அற்றுப்போனதற்குப் பிறகே அடியார்க்கு நல்லாருடைய உரை எழுதப்பட்டிருக்கிறது என்பதை அவருடைய 'இனித் தாம் வகுத்துக்கொண்டதனைக் கூறுவார்' என்ற உரை காட்டுகின்றது.

சிலப்பதிகாரப் பதிகத்தை எழுதியவர் பற்றிய விவாதங்கள் தொடர்ந்து நீண்டுகொண்டேயிருக்கின்றன. பதிகத்தின் முக்கியத்துவமும் அது எழுதப்பட்டிருக்கிற முறையும்தான் இத்தகைய விவாதங்களைத் தொடர்ந்து எழுப்புகின்றன. இத்தகு விவாதங்களைத் தொகுத்துரைக்கும் மா.ரா.போ. குருசாமி (1967: 6, 7)

> சிலப்பதிகாரப் பதிகத்தை இயற்றியவர் – எவரேயாயினும்,
> எக்காலத்தவராயினும் – சிலம்புச் செல்வத்திலே ஊறித்
> திளைத்தவர் என்பதில் ஐயம் இல்லை. நூலினுள்

வரும் சொற்களும் தொடர்களும் பதிக ஆசிரியரின் ஆட்சிக்கு இயைபுறக் குடைந்து போந்து பதிகச் செய்யுளை அணிசெய்துள்ளன. நூலினிடத்துத் தோய்ந்த நெஞ்சினோர்க்கே இத்தகைய நடைச் செல்வம் கிடைக்கும்

எனக் கூறுகின்றார். சிலப்பதிகாரத்தில் ஊறித்திளைத்தவர் என்பதனால்தான் பொருத்தமாகப் பனுவலின் தொடர்களைக் கொண்டு பதிகம் எழுத முடிந்திருக்கிறது. சிலப்பதிகாரப் பதிகத்தின் முக்கியத்துவமே அதன் தொடர்கள் பனுவலின் தொடர்களாக இருப்பதுதான் எனலாம். நவீனத் திறனாய்வியல் நோக்கில் பனுவலை எழுதியவர் யார் என்பது முக்கியமே இல்லை. எழுதப்பட்ட முறையே (எழுதப்பட்ட செய்தியையும்விட) முக்கியமாகக் கருதப்படுகின்றது. சிலப்பதிகாரப் பனுவலின் முன்னுரையாகக் கருதப்படுகின்ற பதிகம் ஒரு புனைவுப் பனுவலுக்குரிய தன்மைகளுடன் திகழ்வதனைக் காணமுடிகிறது.

## பதிகம் என்னும் பனுவல்

திறனாய்வியல் நோக்கில் சிலப்பதிகாரப் பதிகத்தை நோக்கும்பொழுது அது பனுவலை அறிமுகப்படுத்துவதாகவும் பனுவலைப் பற்றித் தொன்மம் சார்ந்த ஒரு புனைவைக் கட்டுவதாகவும் பனுவலின் அடிக்கருத்தை அறமாகச் சுருக்கி உரைப்பதாகவும் அமைந்துள்ளது. என்றாலும், பதிகத்தின் அமைப்பு ஓர் எடுத்துரைப்புப்பனுவலின் தன்மையுடன் இருக்கிறது. அதனால் பதிகமே ஓர் இலக்கியப் பனுவல் போலப் பல்வேறு பொருள்கொள்ளல்களுக்கு இடமளிக்கிறது. அது தன்னைப் பற்றித் தொடர்ந்து பேசச்செய்வதற்குக் காரணம் மயக்கம் ஏற்படுத்தும்படியான, வேறுபொருள்தரும்படியான சொல் தேர்வும் எடுத்துரைப்புமுறையுமே ஆகும்.

அடிப்படையில் பதிகம் என்பது ஒரு பனுவலைப் பற்றிய அறிமுகம் ஆகும். இந்த அறிமுகத்தில் தமிழ் மரபுப்படி ஆசிரியன் பெயர், நூலின் வழி, எல்லை, பெயர், யாப்பு, சொல்லும் பொருள், கேட்போர், பெறும்பயன், காலம், களம், காரணம் ஆகியவை இடம்பெற்றிருக்கவேண்டும். இவற்றில் மயக்கம் ஏற்படுவதற்கோ, மாற்று பொருள் ஏற்படுவதற்கோ வழி இல்லை என்பதை உணரலாம். ஆனால், சிலப்பதிகாரப் பதிகம் வாசகனைக் குழப்பத்தில் ஆழ்த்துவதாக, ஒரு புனைவுப் பனுவலுக்குரிய தன்மையுடன் திகழ்வதைக் காணலாம்.

> ஒரு பனுவலில் கதை இடம்பெறுவதும் அல்லது இடம் பெறாமல் போவதும் தான் எடுத்துரைப்பு அல்லாத பனுவல்களிலிருந்து எடுத்துரைப்புப் பனுவலை வேறு படுத்திக் காட்டுவதுவாகும். இதை மற்றொரு வகையில்

சொல்வதென்றால் எடுத்துரைப்புப் பனுவலையும் எடுத்துரைப்பு அல்லாத பனுவலையும் எது வேறுபடுத்து கின்றதோ அதுதான் கதை. ஆனாலும் எவ்வாறு எடுத்துரைப்பு அல்லாத பனுவலில் கதைக்கூறுகள் காணப்படுகின்றனவோ அது போலவே எடுத்துரைப்புப் பனுவலிலும் கதை அல்லாத கூறுகளும் இடம்பெற வாய்ப்பிருக்கிறது *(2000:24)*

எனச் சுட்டுவர். தமிழ்ப் பதிக மரபில் பதிகங்கள் நன்னூல் சுட்டும் பதினொரு கூறுகளையும் எவ்வித மயக்கமும் இல்லாமல் தெரிவிக்கின்றன எனச் சுட்ட இயலாது. பதிகமும் ஒரு புனைவுப் பனுவலாகவே தமிழ் மரபில் வெளிப்படு கிறது. பதிகத்தின் பதினொரு கூறுகளையும் தனது வாசிப்பு முறையினாலேயே ஒரு வாசகர் கண்டடைய வேண்டியவராக உள்ளார். பதிகத்திற்கு உரை வகுக்கும் உரையாசிரியர்கள் இப்பதிகக் கூறுகளைச் சுட்டுவதில் கவனமாக இருப்பதைக் காணலாம். என்றாலும் சிலப்பதிகாரப் பதிகம் ஒரு புனைவுப் பனுவலாகவே திகழ்கின்றது. இதனால் பதிகத்தை ஒரு புனைவுப் பனுவலாகவே கொண்டு திறனாய்வு செய்யலாம்.

## சிலப்பதிகாரப் பதிகம் சுட்டும் கதைகள்

சிலப்பதிகாரப் பதிகம் சிலப்பதிகாரத்திற்கான முன்னுரை என்பதைவிடச் சிலப்பதிகாரப் பனுவலின் கதையை எடுத்துரைக்கின்ற பனுவலாகவே விரிகின்றது. பதிகத்தினுடைய நோக்கம் பனுவலின் கதையைச் சொல்வதுதான். என்றாலும், அத்துடன் தனது பணியைப் நிறுத்திக்கொள்ளாமல் கோவலன், கண்ணகி, மாதவி, பாண்டியன் என்னும் பல்வேறு பாத்திரங்களின் கதைகளைச் சுருக்கமாகத் தருகின்றது. பதிகம் முன்வைக்கும் சில கதைகள் வருமாறு:

1. சிலப்பதிகாரம் எழுதப்பட்ட கதை
2. சிலப்பதிகாரக் (கோவலன் – கண்ணகி) கதை
3. சிலப்பதிகார (மதுரைத் தெய்வம் கூறும்) உண்மைக் கதை
4. இளங்கோவடிகள் கதை
5. சாத்தனார் கதை

பதிகத்தில் ஒவ்வொரு கதைக்குள்ளும் பல வகையான உரையாடல்கள் அல்லது கூற்றுகள் நிகழ்கின்றன. பதிகத்தின் முதன்மை நோக்கமான அல்லது முதன்மைக் கதையாகிய, சிலப்பதிகாரம் எழுதப்பட்ட கதையில் ஆசிரியர், குன்றக்குரவர், சாத்தனார், இளங்கோ ஆகியோர்களுடைய கூற்றுகள் காணப்படுகின்றன.

வினை விளை காலம் என்றீர் யாது அவர்
வினை விளைவு என்ன (பதிகம். 37,38)

என்ற கூற்று செங்குட்டுவனின் கூற்றாகப் பெரும்பாலான உரையாசிரியர்களால் கூறப்படுகிறது. வேங்கடசாமி நாட்டார் மட்டுமே இக்கூற்றை இளங்கோவினுடையதாகக் காண்கிறார். செங்குட்டுவனுடைய கூற்றாகக் கொள்வதற்குச் சாத்தனாரின் 'விறலோய் கேட்டி' என்ற கூற்றே காரணமாக அமைகிறது. விறல் – வெற்றி என்ற பொருள்படக் கூடியது என்பதனால், பிற பனுவல்களில் அரசனுடனேயே இச்சொல் பயின்றுவந்ததை உணர்ந்த உரையாசிரியர்கள், சிலப்பதிகாரப் பனுவலின் அடியாகச் செங்குட்டுவன், இளங்கோவைக் காணவந்திருந்த நேரத்தில் இக்காட்சிகள் நடப்பதாகப் புனைந்துகொள்கின்றனர். 'விறலோய்' என்ற விளி செங்குட்டுவனை நோக்கியதாகப் புரிந்துகொள்ளப்படுவதனால் இவ்விளி பதிகத்தை, பதிகத்தின் கதையை ஒரு குழப்பநிலைக்கு ஆழ்த்திவிடுகிறது.

சிலப்பதிகாரக் கதையில் வரும் கூற்றுகள் ஆசிரியர், பொற்கொல்லன், பாண்டியன் ஆகியவர்களுடையனவாகும். இக்கதைக்கு ஆசிரியராகத் திகழ்பவர் சாத்தனார் ஆவார். சாத்தனார் ஒரு பாத்திரமாக நின்று இக்கதையைக் கூறுகின்றார். இதனால் சாத்தனார் நோக்கில், (சிலப்பதிகாரம்) கதை சுருக்கி உரைக்கப்படுகிறது. சாத்தனாருக்கு மதுரை எரியூட்டப்பட்டது மட்டுமே முதன்மையானதாகத் தோன்றுகிறது. அதனால் , அதன் பின்னணியை விளக்குவதற்காக அல்லது சூழலினை வலிமை யாகக் காட்டுவதற்காகப் பாத்திரக் கூற்றுகளைப் படைத்துக் கொள்கிறார்.

சிலப்பதிகார உண்மைக் கதையை மதுரைத் தெய்வம் கண்ணகிமுன் கூற்றாக நிகழ்த்துகிறது. நடந்த நிகழ்ச்சிகளுக் கெல்லாம் காரணம் தற்காலம் கடந்த ஓர் உண்மை என்பதை இக்கூற்று வலியுறுத்துகின்றது. இங்குச் சாத்தனார் மறைமுக முன்னிலையாக – கேட்குநராக – அமைந்திருக்கிறார். இங்கும் சாத்தனாருடைய பங்கு முக்கியமானதாக அமைகிறது. இளங்கோவின் கதை,

குணவாயில் கோட்டத்து அரசு துறந்து இருந்த
குடக்கோச் சேரல் இளங்கோ அடிகட்கு (பதிகம். 1, 2)

என ஆசிரியர் கூற்றால் வெளிப்படுத்தப்படுகிறது. சாத்தனாரின் கதை தனித்துச் சுட்டப்படாமல் சிலப்பதிகாரம் எழுதப்பட்ட கதை, சிலப்பதிகார உண்மைக் கதை ஆகியவற்றால் ஆழ்நிலையில் சுட்டப்படுகிறது. 'உடன் இருந்த' என்ற தொடர் பதிகத்திற்கும் பனுவலுக்கும் உடன் இருந்தவர் என்று விரிகிறது. இதனால் சாத்தனாரின் ஆளுமையைப் பதிகம் பெற்றிருப்பதை உணரலாம்.

பதிக ஆசிரியருடைய கூற்றைத் தவிர்த்த பிற கூற்றுகள் அடிப்படையில் பாத்திரக் கூற்றுகளாகவே அமைகின்றன. சிலப்பதிகாரத்தின் ஆசிரியரான இளங்கோ பதிகத்தில் ஒரு பாத்திரமாக மாறிவிடுகின்றார். சிலப்பதிகாரப் பனுவலுடன் தொடர்பில்லாத சாத்தனார் பதிகத்தில் முதன்மைப் பாத்திரமாக மாறுகின்றார். மொத்தத்தில் சாத்தனார் என்னும் பாத்திரமும் அவர் நிகழ்த்தும் கூற்றுகளும் பதிகத்தில் முதன்மைபெறுவதுடன் சிலப்பதிகாரப் பனுவலையே வழிநடத்துகின்றன. சிலப்பதிகாரப் பனுவலுக்கு வெளியே, மணிமேகலையை எழுதியவர்; கோலவன், கண்ணகி, மாதவி, மணிமேகலை ஆகியோருடைய வாழ்வை – கதைப் பாத்திரமாக அன்றி உண்மை மாந்தர்களாக – தெளிவாக உணர்ந்தவர்; என்னும் பல்வேறு வகை வெளிப்படாத கூற்றுகளால் சாத்தனார் எனும் பாத்திரம் 'ஊழ்' எனும் கருத்தோட்டத்தின் பின்னணியிலேயே பனுவலை / சிலப்பதிகாரத்தைப் புரிந்து கொள்ள வழிமுறைகளை வகுத்துக்கொடுத்து விடுகின்றது.

பதிகம் சுட்டும் கதைகளில் ஒன்றாகப் பாண்டியனின் கதை இங்கு ஆய்வாளரால் சுட்டப்படாமல் போனாலும் பாண்டியனின் கதையும் பனுவலின்

> வினைவிளை காலம் ஆதலின் யாவதுஞ்
> சினையலர் வேம்பன் தேரானாகி (பதி. 27,28)

என்ற அடிகளில் சுட்டப்படுகிறது. என்றாலும் அது ஒரு கதையாக விரியவில்லை. மிகையில் பக்தின் சொல்வதைப் போல், பதிகம் இந்த அடிகளாலேயே இடையில் இணைபவர்களை *(Rejoinders)* உள்நுழையச் செய்கிறது. இடையில் இணைபவர்கள் பனுவலுடன் உரையாடுவதற்கு, விவாதிப்பதற்கு இந்த அடிகள் காரணமாக இருக்கின்றன. "அக்கள்வனைக் கொல்ல அச்சிலம்பையும் அவனையும் கொணர்கவெனச் சொல்லக் கருதினவன் வாய் சோர்ந்து, கொன்று அச்சிலம்பைக் கொண்டு வருகவென்று கூறினான்" என அடியார்க்கு நல்லார் இந்த அடியில் இணைந்து தம்முடைய உரையாடலை மேலெடுக்கிறார். இதனை ஏற்புடைத் தன்று எனக் கூறும் வேங்கடசாமி நாட்டார் "வினைவிளை காலமாதலின் யாவதும் தேரானாகி என்றமையானும், அச்சிலம்பு எனத் தேவியின் சிலம்பைக் கருதிக் கூறினமையானும், வழக்குரை காதையுள்ளும் "கள்வனைக் கோறல் கடுங்கோலன்று" என்றிறுத்தமையானும் என்க" என்று மறுத்துரைக்கின்றார். இப்படி இடையில் இணைபவர்கள் தத்தமக்கான உரையாடல் களை உருவாக்கும்படியாக அமைந்திருப்பதனாலேயே பதிகம் நல்ல உரையாடல் பனுவலாகத் திகழ்கின்றது.

4

# இடைப்பனுவலியல் நோக்கில் பதிகம்

பதிகத்தை ஒரு பனுவலாகவும் சிலப்பதிகாரப் பனுவலை மற்றொரு பனுவலாகவும் கொண்டு பதிகத்தை இடைப்பனுவலியத் திறனாய்வுக்கு உட்படுத்தலாம். சிலப்பதிகாரப் பனுவலிலும் பதிகத்திலும் இடம்பெற்றுள்ள பல தொடர்கள் நாட்டுப்புற மரபு சார்ந்து வாய்மொழிப் பனுவல் களிலும் சொல்வழக்குகளிலும் பயன்பாட்டில் இருந்திருக்கலாம். அவற்றைப் பதிக, பனுவல் ஆசிரியர்கள் எடுத்தாண்டிருக்கலாம். அவற்றைப் புரிந்துகொள்ள இடைப்பனுவலியத் திறனாய்வுக்குச் சிலப்பதிகாரப் பனுவலையும் பதிகத்தையும் உட்படுத்த வேண்டும்.

## இடைப்பனுவலியம்

இடைப்பனுவலியம் என்ற திறனாய்வின் வளர்ச்சிக்கு மிகெய்ல் பக்தின் சிறந்த பங்களிப்பினைச் செய்திருக்கின்றார் என்பதனால் பக்தினின் பார்வையிலும் பதிகத்தை அணுகமுடிகின்றது. "ஒரு கவிஞன் கையாளும் ஒவ்வொரு சொல்லும் ஏற்கனவே பிறரால் பயன்படுத்தப்பட்டதென்றும் அதனை முழுதும் அவனுடையதாக்கிக் கொள்ளல் கடினமென்றும் பக்தின் அறிவித்தார்"

(2004:159). இதன்வழி, சிலப்பதிகாரப் பனுவல் பயன்படுத்தும் தொடர்கள்கூடப் பிறரால் பயன்படுத்தப் பட்டவையே என்ற கருத்திற்கு வரலாம். ஒரு முலை அறுத்த திருமாவுண்ணி (நற். 216: 9) என்ற சங்க இலக்கியத் தொடர், சிலப்பதிகாரப் பனுவலின் அடிப்படையாக இருப்பதை இங்கு ஒப்பிட்டுப்பார்க்கலாம்.

சமூகத்தால் வழங்கப்படும் மொழி சொற்கள், எழுத்துகளாக அன்றி, தொடர்களாக, பக்தின் கருத்துப்படிக் கூற்றுகளாகத் தான் இயங்குகின்றது என்பதனால் சங்க இலக்கியத்தில் வழங்கும் பல்வேறு தொடர்கள் சிலப்பதிகாரத்தில் எடுத்தாளப்படு வதைக் காட்டலாம். சங்க இலக்கியத் தொடர்களை ஒரு வகைமாதிரியாகக்கொண்டு சிலப்பதிகாரத் தொடர்கள் உருவாக்கப்பட்டுள்ளதைக் காணமுடியும். எடுத்துக்காட்டுக்கு பொலம் பூ வேங்கை என்ற ஒரு தொடரை மட்டும் இங்குக் காணலாம். இத்தொடர், பொலம்பூண் கிள்ளி (அகம். 205 – 10), பொலம் பூண் திரையன் (அகம். 340–6), பொலம்பூந் தும்பை (பதி. 45-1), பொலம்பூந் தும்பை (புறம். 2-14), பொலம் பூங்காவின் (புறம் 38–12) எனும் சங்க இலக்கியத் தொடர்களின் அமைப்பில், ஒரு மறுஎழுதுதலாக அப்படியே எழுதப்பட்டுள்ளது. இத்தொடருக்கு உரிமையானவர் இளங்கோவடிகளோ, பதிக ஆசிரியரோ அல்லர். சங்கச் சமூகத்தில் புலவர்கள் மத்தியில் அல்லது சமூகத்தில் பெருவழக்காக இருந்த தொடரைப் புலவர்கள் தங்கள் தேவைக்கேற்பப் பயன்படுத்திக் கொண்டுள்ளனர். இப்படித் தொடர்ச்சியாகத் தொடர்கள் பயன்படுத்தப்படுகிற அல்லது எடுத்தாளப்படுகின்றபோதே இலக்கியம் ஓர் அண்மைத் தன்மையைப் பெறுகின்றது. மேலும் ஓர் இலக்கிய எழுது மரபும் உருவாகின்றது. இத்தொடர்களை ஒரு நோக்கத்துடன் தவிர்க்கலாமே அன்றி இயல்பான எழுதுமுறையில் தவிர்த்துவிட முடியாது. இப்படிச் சிலப்பதிகாரப் பனுவல், சங்க இலக்கியப் பனுவல்கள், வாய்மொழி மரபில் வழங்கிய பல தொடர்கள், நாட்டார் மரபில் வழங்கிய தொடர்கள் ஆகியவற்றினைக் கொண்ட இடைப்பனுவலாக உருவாகி இருக்கிறது என்ற பார்வை முக்கியமானதாகும்.

தொடர் நிலையில் மட்டுமன்றிக் கதை நிலையிலும் கண்ணகி பற்றி நாட்டார் மரபில் வழங்கிய பல கதைகள் சிலப்பதிகாரத் திற்கு அடிப்படையாக இருந்திருக்கின்றன. கண்ணகி கதை பற்றிய நாட்டார் பாடல்களைத் தொகுத்து அவற்றை மூலமாகக்கொண்டு சிலப்பதிகாரத்தை இடைப்பனுவலியம், துணைப் பனுவல் ஆகிய பார்வைகளுக்கு உட்படுத்தும்போது சிலப்பதிகாரப் பனுவல் பற்றிய விரிவான விளக்கங்கள் நமக்குக்

கிடைக்கும். இந்நூலில் பதிகம் மட்டுமே இடைப்பனுவலியம் (Intertextuality), துணைப் பனுவல் (Sub Text) எனும் திறனாய்வு முறைகளுக்கு உட்படுத்தப்படுகின்றது.

பின்அமைப்பியல், கட்டவிழ்ப்பியல் போன்ற திறனாய்வுகள் எந்த ஒரு பனுவலும் படைப்பாளரின் சொந்தக் கருத்துகளால் உருவாவதில்லை; முன்பே உருப்பெற்றிருந்த கருத்துகள், தொடர்களைத் தொகுத்துக்கொடுக்கும் வேலையைத்தான் எழுத்தாளர்கள் செய்கிறார்கள் என்ற கருத்தை முன்வைக்கின்றன. இதனால் படைப்பாளர் என்ற பெயரே தவறானதாகப் போய்விடுகிறது. அவர் எழுதுபவர் மட்டும்தான். எழுத்து, மொழி ஒரு சமூகத்தின் பொதுச்சொத்து. இந்தப் பொதுச்சொத்தில் சிலவற்றை எழுத்தாளர் எடுத்துப் பயன்படுத்திக்கொள்கிறார். அவர் எடுத்துப் பயன்படுத்தியதால், அது ஒரேநேரத்தில் அவருடையதாகவும் அவருடையதல்லாததாகவும் இருக்கிறது எனக் கூறுகின்றனர். இதனால் எந்த ஓர் எழுத்தும் மற்றவரின் எழுத்துடன் உறவுடையதாகவே இருக்கின்றது எனலாம். இவற்றின் அடிப்படையில் இரண்டு எழுத்தாளர்களின் படைப்புகளுக்கிடையிலான உறவுகளைப் பற்றிப் பலவிதமான கருத்துகள் உருவாக்கப்பட்டுள்ளன.

இரு இலக்கியப் படைப்பாளர்களுக்கிடையேயான உறவு பல படிநிலைகளில் அமையலாம். தனக்குரிய படைப்பாளுமையை முற்றும் ஒதுக்கிவைத்துவிட்டு மூல நூலாசிரியனுக்கு உண்மையுள்ள அடிமை போல் செயல்பட்டு அவனது நூலை மொழிபெயர்த்தல் (faithful translation), மூலநூலை அடிப்படையாக வைத்துக்கொண்டு தன் படைப்பாளுமை தோன்ற ஒரு நூலைத் தன் மொழியில் படைத்தல் (transcreation), தனக்குரிய படைப்பாளுமையை ஓரளவிற்கு விட்டுக்கொடுத்துவிட்டு மூலநூலைத் தழுவிய ஒரு நூல் படைத்தல் (imitation), மூலநூல் கருத்துக்களைத் தொகுத்தல், விரித்தல், தொகைவிரியாகத் தருதல், மூலநூலின் நையாண்டியான தழுவல் (parody), தனது நடையிலிருந்து வேறுபட்ட இன்னொருவர் நடையை ஒரு நோக்கத்தொடு கையாளுதல் (stylization), இன்னொரு நூல் பகுதியை மேற்கோளாகத்தருதல் (quotation), இன்னொரு நூல் கூறும் ஏதேனும் ஒன்றைச் சுட்டுதல் (allusion), இன்னொரு நூல் அல்லது ஆசிரியனின் செல்வாக்கினால் கவரப்படல் (reception), மற்றொரு நூல் அல்லது ஆசிரியனின் ஆழ்ந்த தாக்கத்திற்கு ஆளாதல் (influence) என்பன போன்ற முறைகளில் இவ்வுறவு அமையலாம் (2004:157).

படைப்புகளின், படைப்பாளர்களின் மொழிஊடாட்டம் குறித்த கருத்துகள் மிகையில் பக்தின் மொழியின் இயல்பு பற்றியும் மனிதர்களின் பேச்சுகள் எப்படிக் கூற்றுகளாக அமைகின்றன என்பது பற்றியும் விளக்கிய கருத்துகளின் அடிப்படையிலேயே உருவாக்கப்பட்டுள்ளன என்பர். இக்கருத்துகளிலிருந்து இடைப்பனுவலியம் என்ற இலக்கியத் திறனாய்வு அணுகுமுறை உருவாக்கப்பட்டுள்ளது.

> இடைப்பனுவல் அணுகுமுறை ஓர் இலக்கியம் பிற இலக்கியங்களிலிருந்து பெறப்பட்ட சொற்களாலும் தொடர்களாலும் கட்டப்பட்ட ஓர் அமைப்பென்றும் அதில் பிற இலக்கியங்களிலிருந்து மேற்கோள்களும் எதிரொலிகளும் இலக்கிய மரபுகளும் அடுக்கடுக்காக அமைந்துகிடக்கக் காணலாம் என்றும் வற்புறுத்தும். இதனால் ஓர் இலக்கியத்தை விளக்க முயலும் திறனாய்வாளனுக்கு அதனைப் பலவாறு விளக்க அளவு கடந்த உரிமை கிடைக்கிறது என்பது இவ்வகைத் திறனாய்வாளர்களின் நம்பிக்கை *(2001:367)*

எனக் கூறுவர். தொடர்களால், (மிகையில் பக்தின் பார்வையில்) கூற்றுகளால் அமைந்த மொழியையே பனுவல் பயன்படுத்து கின்றது. அதே தொடர்கள், கூற்றுகளை இதற்குமுன் வேறு பனுவல்களும் பயன்படுத்தியுள்ளன என்பதனால் மற்றொரு பனுவலை நினைவுபடுத்தும் குறிப்புகள் ஒரு பனுவலில் காணப்படுவது இயல்பானதாக இருக்கிறது. ஓர் இலக்கியம் அதன் மரபு ஓட்டத்தில் ஏதாவது ஓர் இடத்திலேயே பிறக்கிறது என்பதனால் எந்த வகையிலேனும் முந்தைய இலக்கியத்தின் எதிரொலியைப் பெற்றே ஆகவேண்டியிருக்கிறது. இதனைத் தமிழ் இலக்கிய மரபுப் பின்னணியில் புரிந்துகொள்ள இயலும்.

> ஒரு பனுவலின் உள்ளே ஒன்றுக்கு மேற்பட்ட பனுவல்கள் அமைந்திருந்தாலோ அவற்றின் இருப்பு பனுவலில் எதிரொலித்தாலோ அப்பனுவல் இடைப்பனுவல் எனப்படும்.
>
> இடைப்பனுவலை வாசிக்கும் முறையின்மீது விளைவை ஏற்படுத்தக்கூடிய இரண்டு அல்லது அதற்கு மேற்பட்ட பனுவல்களுக்கிடையிலான உறவு இடைப்பனுவலியம் எனப்படும் *(2000A: 182)*

என இடைப்பனுவல், இடைப்பனுவலியம் என்பதை விளக்குவர். இதனால் எந்த ஒரு பனுவலும் சுயம்புவாக உருவாக்கப்பட்டதன்று என்பதையும் ஏற்கெனவே இருப்பில் உள்ள பனுவலின் பாதிப்பு, செல்வாக்கு, அடையாளம் இன்றி ஒரு பனுவலை

உருவாக்கமுடியாது என்பதையும் உணர்கின்றோம். மேலும் இடைப்பனுவல் என்பதே வாசிப்பு சார்ந்த புரிதல்தான் என்பதை விளங்கிக்கொள்கின்றோம். ஒரு பனுவலை வாசிக்கும்போது வேறு பனுவல்களின், தொடர்களின் நினைவு தோன்றுமாயின் அத்தகைய பனுவலை இடைப்பனுவல் என்கிறோம்.

> இலக்கிய வகைமைகளின் எந்த ஒழுங்கமைவை எடுத்துக்கொண்டாலும், தனிப்பட்ட ஒரு பனுவலின் வாசிப்பானது அப்பனுவல் மற்ற பனுவல்களோடு கொண்டிருக்கும் உறவைப் பொறுத்தே தீர்மானிக்கப்படு கிறது என்ற கருத்தைக் கொண்டுள்ளது என்று விவாதித்து உறுதிப்படுத்தமுடியும். தொடக்கத்தில் இலக்கியங்களுடைய உரைகள் பெரும்பாலும் மாதிரிகளாகவோ அல்லது எதிரிணைகளாகவோ பல பனுவல்களை ஒப்பிட்டு நோக்கியதன் வாயிலாக அமைந்தன (2000A:182)

என்பர். பொதுவாக ஒரு பனுவலை வாசிப்பவர் மற்றொரு பனுவலுடன் தான் வாசிக்கும் பனுவலை ஒப்பிடுவது தவிர்க்கமுடியாதது. தமிழ் உரையாசிரியர்களிடம் இத்தன்மைகள் பரவலாக இருப்பதைக் காணலாம். தமிழ் உரையாசிரியர்கள் பல இடங்களில் பிற இலக்கியங்களின் பெயர்கள், இணையான இடங்கள் போன்றவற்றைச் சுட்டியும் சில இடங்களில் சுட்டாமலும் இத்தகைய மேற்கோள்களை அடுக்குகின்றனர். இவற்றை நாம் இடைப்பனுவல் தன்மை எனப் பொதுவாகக் கொள்வதில்லை. காரணம், இம்மேற்கோள்கள் உரையாசிரியரின் புலமைசார்ந்து, உரை மரபின் அடிப்படையில் வெளிப்படையாக அமைக்கப்பட்டுள்ளவையாகும். என்றாலும், இடைப்பனுவல் தன்மை என்பதை இத்தகு மேற்கோள்களின் பயன்பாட்டைச் சார்ந்து புரிந்துகொள்ளலாம். பனுவலின் மீதுள்ள ஆசிரியனின் உரிமையைக் கேள்விக்குட்படுத்திய ரோலாண் பார்த் இடைப்பனுவலியம் பற்றிய பல்வேறு கருத்துகளை வழங்கியுள்ளார்.

> எந்த ஒரு பனுவலும் கடந்த காலக் குறிப்பீடுகளையுடைய (Citation) புதிய திசு போன்றதாகும். சமிக்ஞை, வாய்பாடு, அணிநலன்கள், சமூகமொழியின் துகள்கள் போன்றவை பனுவலின் ஊடாகவும் ஊடுபாவாகவும் அமைந்திருக்கின்றன. ஏனெனில் மொழியானது பனுவலுக்கு முன்னும் அதைச் சுற்றியும் இருக்கிறது. ஆகவே பனுவலுடைய எந்த நிலையும் இடைப்பனுவலிய அடிப்படையில் பார்த்தால் அது உருவான மூலங்கள் அல்லது தாக்கங்கள் ஒரு பிரச்சினையே அல்ல – இடைப்பனுவல் என்பது நனவிலித் தன்மையுடனோ மேற்கோள்கள் மூலமாகவோ உருவாக்கப்பட்டிருந்தாலும்

> அது எந்த இலக்கியத்திலிருந்து பெறப்பட்டது என்பதை அறியமுடியாது (மேற்கோள், *2000A : 183*)

எனக் குறிப்பிடுகின்றார்.

இடைப்பனுவல் என்பது எந்த இலக்கியத்திலிருந்து பெறப்பட்டது என்பதை வெளிப்படுத்தாதது எனும் ரோலாண் பார்த் அது நனவிலிநிலையினாலோ மேற்கோள்களாகவோ உருவாக்கப்பட்டிருக்கும் என்கிறார். பனுவலில் பயன்படுத்தப்படும் மொழியைப் பற்றிய மிகையில் பக்தின் அவர்களின் கருத்துகளிலிருந்தே ரோலாண் பார்த்தும் ஜூலியா கிறிஸ்தவாவும் இடைப்பனுவலியம் என்பதை வளர்த்துள்ளனர் எனக் கருதுவர். இடைப்பனுவலியம் பற்றிய கருத்துகள் உருவாவதற்கு மிகையில் பக்தினின் மொழி, கூற்று பற்றிய கருத்துகளே அடிப்படையாக இருந்துள்ளன. அவருடைய மொழியின் இயல்பு பற்றிய கருத்துகளில் இருந்து இலக்கியத்தின் பொதுத்தன்மை பற்றிய கருத்துகள் பிற்காலத்தில் உருவாக்கப்பட்டுள்ளன. பக்தின் பேச்சு வகைமைகள் பற்றிப் பேசும்போது, மொழியைப் பயன்படுத்தி மாதிரித்தொடர்கள் துறைசார்ந்து உருவாக்கிக்கொள்ளப்படுவது பற்றிப் பேசுகின்றார். இவையே மொழியை உருவாக்குகின்றன எனவும் மொழிக்கு உருவம் தருகின்றன எனவும் கூறுகின்றார் (*1994: 81*).

பக்தின் தமது புதினவியல் உரையாடலின் முந்தைய வரலாற்றிலிருந்து *(Pre History of the Novelistic Discourse)* என்ற கட்டுரையில் ரஷ்யக் கவிஞர் புஷ்கினுடைய லென்ஸ்கி என்ற பாத்திரம் எழுதும் கவிதையை அடிப்படையாகக்கொண்டு ஒருவருடைய எழுத்தில் வெளிப்படும் போலச் செய்தல் தன்மை பற்றிப் பேசுகின்றார்.

> இந்தக் கவிதையைச் (லென்ஸ்கி என்ற பாத்திரம் எழுதும் கவிதையை) சுட்டிக்காட்டும் பக்தின் இந்தக் கவிதையில் மொழிநடை புஷ்கினுடையதா எனக் கேட்கிறார். உண்மையில் லென்ஸ்கியின் கவிதையை, புஷ்கின் எழுதினாலும் லென்ஸ்கியின் குரல் கவிதையில் உண்டு. லென்ஸ்கியின் தொனியும் மொழிநடையும் புஷ்கினின் வழி ஊடுருவியுள்ளது என்கிறார் பக்தின். அதாவது லென்ஸ்கி ஒரு கவிஞனாய், புஷ்கினால் படைக்கப்பட்டுவிட்டது வெற்றிபெற வேண்டுமானால் லென்ஸ்கிக்கு ஒரு சொந்த மொழியும் தொனியும் கிடைத்துவிட வேண்டும். இப்போது புஷ்கினின் மொழிநடை வேறு: லென்ஸ்கியின் மொழிநடை வேறு என்றாகிறது. நல்ல படைப்பாளிகளுக்கு இருக்க வேண்டிய 'போலச் செய்தல்' *(Parodic)* இலக்கிய ஆற்றலால் ஒரு

கவிஞனின் குரல் போன்ற ஒரு குரலைத் தன் படைப்பான லென்ஸ்கிக்குப் புஷ்கின் கொடுத்துவிடுகிறார். இதனைப் பற்றி விளக்கும் பக்தின், புஷ்கினால் படைக்கப்பட்ட லென்ஸ்கி என்ற பாத்திரத்தின் கவிதை ஓர் உருவாக்கம் அல்லது நாவலின் தேவைக்காக உருவாக்கப்பட்ட வெறும் போலிக் கவிதை என்கிறார். நாம் நம் மொழியின் மூலம் இன்னொருவரின் மொழியை உருவாக்க முடியும். அது போல் புஷ்கின் தன் மொழியின் மூலம் உருவாக்கிய ஓர் உருவாக்க மொழிதான் லென்ஸ்கியின் கவிதையில் இருந்த மொழி. இவ்வாறு ஒருவர் இன்னொருவரின் நடையைத்தான் படைப்பில் உருவாக்க முடியும். ஆக, ஆசிரியன் தன் மொழிக்குள் *(Authorial Speech)* இன்னொருவரின் மொழியைப் போலச்செய்தலின் *(Parody)* மூலம் வைத்திருக்க முடியும். அவ்வாறு கவிஞனின் சொந்த மொழியும் போலச்செய்தல் மொழியும் ஒன்றுக்குள் ஒன்று இருக்க முடியும். அதாவது ஓர் ஆசிரியனின் மொழிக்குள் எப்போதும் இன்னோர் ஆசிரியனின் மொழி இருக்க முடியும். இந்தத் தர்க்கத்தின் மூலம், ஓர் ஆசிரியன் தன் மொழிச் செயல்பாட்டுத் தருணத்தில் (அதாவது படைக்கும்போது) இன்னோர் ஆசிரியனுடன் ஓர் உரையாடலில் (கூற்றில்) இருக்கிறான் என்று அர்த்தம் (1995: 19, 20)

எனத் தமிழவன் பக்தினின் கருத்தை விளக்குகின்றார். இன்னொருவரின் நடையைத் தமது எழுத்தில் கொண்டுவருகின்ற தன்மையை அடிப்படையாகக்கொண்டே இடைப்பனுவலியத் திறனாய்வு செயல்படுகின்றது. எழுதுகின்ற ஆசிரியரும் வாசிக்கின்ற வாசகரும் தொடர்ந்து நிகழ்த்துகின்ற கூற்றுகளின் அடிப்படையில் இந்த இடைப்பனுவலியத் தன்மையை உருவாக்குகின்றனர். இந்த ஊடாட்டம் இன்றி ஒரு பனுவல் உருவாவது என்பது சாத்தியமே இல்லை எனலாம்.

சமீபகாலமாக இடைப்பனுவலியம் எடுக்கக்கூடிய பல்வேறு வடிவங்கள் பற்றித் தனிப்பட்ட கவனம் செலுத்தப்படுகிறது. இச்சூழலில் மிகையில் பக்தின் ஆற்றிய பணி முக்கியமானதாகும். அனைத்துக் கூற்றுகளிலும் காணப்படும் உரையாடல் கூறுகளுக்குஅவர் அளிக்கும்முக்கியத்துவமும்இலக்கியங்களில் காணப்படுகின்ற பலதரப்பட்ட உரையாடல்களும் சந்தேகமின்றி இடைப்பனுவல் பற்றிய கருத்துகளுக்கு மிகுந்த ஆர்வத்தை ஊட்டக்கூடியவையாகும். அவர் தமது புதினவியல் உரையாடலின் முந்தைய வரலாற்றிலிருந்து என்ற கட்டுரையில் விவாதிக்கக் கூடிய "மேற்கோள் சிக்கல்" நல்ல எடுத்துக்காட்டாக அமைகிறது. அவர்

போலச்செய்தல் மற்றும் நையாண்டிப் போலிவடிவங்களைக் கருத்தில்கொண்டு, அவற்றை உள்ளடக்குவதற்காக மொழியியல் கலப்பு குறித்த கோட்பாட்டை உருவாக்குகிறார். அதன்மூலம் நவீன நாவல்கள் போலச்செய்தல் மற்றும் நையாண்டிப் போலியை ஒத்தமைகின்றன என்பதைச் சுட்டுகிறார் (மேற்கோள், 2000A:183)

எனச் சுட்டுவர். பொதுவாகப் போலச்செய்தலில் மூலப் படைப்பு ஒன்று அடிப்படையாக இருக்கும். அதிலிருந்து உருவாக்கப்படுவது மூலத்தைவிட வீரியம் மிக்கதாகத் திகழ்கின்றது. என்றாலும் இவை இரண்டும் தொடர்ந்து உரையாடல்களை நிகழ்த்திக் கொண்டே இருக்கின்றன எனக் கூறுகின்றார். ஓர் இலக்கியம் இன்னோர் இலக்கியத்தின் மேற்கோளாகத் திகழ்வதைச் சுட்டும் பக்தின் பழங்காலத்தில் மேற்கோள்களை எடுத்தாள்வது எவ்வாறு இலக்கிய ஆக்கமாகக் கருதப்பட்டுவந்துள்ளது என்பதை விளக்குகின்றார்.

மேற்கோளை எடுத்துக்காட்டல் என்பது கிரேக்க காலகட்டத்தில் ஆர்வம் மிக்க நடையியல் சிக்கல்களில் ஒன்றாகத் திகழ்ந்தது. நேரடி வடிவம், பகுதியாக மறைக்கப் பட்ட வடிவம் மற்றும் முழுதும் மறைக்கப்பட்ட வடிவம் என மேற்கோள்கள் எடுத்துக்காட்டப்பட்டன. இவை சூழலுக்குத் தகுந்த வகையில் மேற்கோள் வடிவமைப்பு, அழுத்தமுடைய மேற்கோள்வடிவமைப்பு, அடுத்தவர் களின் மேற்கோள்களை உள்வாங்கிப் பயன்படுத்துதல் என முடிவில்லாத வேறுபாடுகளைக் கொண்டு திகழ்ந்தன. என்னவென்றால், மேற்கோளை எடுத்துக்காட்டும் ஆசிரியர் அவற்றை மதிப்பு மிக்க வகையில் எடுத்துக்காட்டுகின்றாரா அல்லது முரண்பாடான வகையில் எடுத்துக்காட்டுகின்றாரா அல்லது வஞ்சப்புகழ்ச்சியாக எடுத்துக்காட்டுகின்றாரா அல்லது ஏளனமாக எடுத்துக்காட்டுகின்றாரா என்ற சிக்கல் இங்கு அடிக்கடி எழுகின்றது. இரு பொருள் சிலேடையாக வரும் அடுத்தவர்களின் கூற்று, அடிக்கடிப் பிரச்சினைக்கு ஆளாகின்றது. இடைக்காலத்தில் அடுத்தவர்களின் சொல்லைப் பயன்படுத்துவதில் உள்ள உறவு இதேபோல் சிக்கலானதாகவும் குழப்பம் மிகுந்ததாகவும் இருந்தது. அந்த நேரத்தில் பிறருடைய வார்த்தைகளின் பயன்பாடு கூடுதலாக இருந்தது. வெளிப்படையாகப் பயன்படுத்தப்பட்ட மேற்கோள்கள், அழுத்தம் கொடுத்து மதிப்புடன் கூடிய மேற்கோள்கள், பகுதியாக அல்லது முழுதுமாக மறைக்கப்பட்ட மேற்கோள்கள், பாதி நனவுநிலையிலோ அல்லது

நனவிலி நிலையிலோ, சரியாகவோ, உள்நோக்கத்துடனோ, உள்நோக்கமற்றோ, சிதைத்து வேண்டுமென்றேமறுவிளக்கம் அளிக்கப்பட்ட மேற்கோள்கள் எனப் பல வகையில் மேற்கோள்கள் பயன்படுத்தப்பட்டன (2008A: 68, 69)

என விளக்குகின்றார். இதிலிருந்து எந்த ஓர் ஆசிரியரும் வேறு ஒரு பனுவலிலிருந்து மேற்கோள்களை எடுத்துப் பயன்படுத்தாமல் இருக்கமுடியாது என்பதை உணர்த்துகின்றார். என்றாலும் அவற்றைப் பயன்படுத்தும் மொழித்தொழில்நுட்பம், சூழல், தொனி போன்றவையே முக்கியத்துவம் பெறுவதைக் காட்டுகின்றார். இதனால் எந்த ஒரு படைப்பும் மற்றொரு படைப்புக்குக் கடன்பெற்றே இருக்கின்றது என்பதைக் காட்டும் பக்தின்,

> ஒருவருடைய சொந்தப் பேச்சுக்கும் அடுத்தவர்களுடைய பேச்சுக்கும் இடையிலான எல்லைக்கோடுகள் நெகிழ்ச்சியானவையாகவும் குழப்பமானவையாகவும் வேண்டுமென்றே சிதைக்கப்பட்டவையாகவும் அமைந்து விட்டன. இதேபோன்று பனுவல்கள் எப்படிப்பட்டவை என்றால் அடுத்தவர்களின் பனுவல்களிலிருந்து எடுக்கப்பட்டவையாக (மொசைக்போல) அமைக்கப்பட்டன. சென்டோ (Cento) (தனி இலக்கிய வகை) என அழைக்கப்படும் இது அடுத்தவர்களின் உரைநடை, செய்யுள் வகையை எடுத்துக் கையாளும் ஒரு தனி வகையாகும். இடைக்கால இலக்கிய வகைமைகளை ஆய்வு செய்வதில் பெயர்பெற்ற பால் லெக்மேன் இதைப் பற்றிக் கூறும்போது இடைக்கால இலக்கிய வரலாறும் அதனுடைய குறிப்பாக லத்தின் இலக்கியமும் அடுத்தவர்களின் இலக்கியச் சொத்துக்களின் பிரதிபலிப்பாகவும் மறுவடிவாகவும் உள்ளது என தெளிவாகக் கூறுகின்றார். நாம் கூறுவதென்றால் அது அடுத்தவரின் மொழி, நடை, சொல் என்று சொல்லலாம் (2008A:69)

என மொழியின் இயல்பை அடிப்படையாகக் கொண்டு பனுவல்களின் உருவாக்கத்தை விளக்குகின்றார். இடைக்கால இலக்கியங்களின், லத்தின் இலக்கியங்களின் இயல்பாகப் பக்தின் சுட்டிய கருத்துகள் ரோலாண் பார்த் போன்றவர்களால் இலக்கிய ஆக்கங்களின் பொது இயல்பாகப் பேசப்பட்டன. பக்தின் பிற பனுவல்களிலிருந்து எடுக்கப்பட்ட மேற்கோள்கள் சென்டோ என்ற தனி இலக்கிய வகைமையாக மேலை நாடுகளில் வளர்ந்துள்ளதைக் காட்டுகின்றார் (2008A : 69)[1]. பக்தினின் கருத்தைச்

---

1. தமிழ் இலக்கியப் பரப்பில் இத்தகைய தன்மையில் அமைந்த இலக்கியங்களைக் கண்டறிந்து, வகைப்படுத்தித் திறனாய்வுக்கு உட்படுத்தலாம்.

சிலப்பதிகாரத்தில் பொருத்தும் முயற்சியில் ஈடுபட்டுள்ள இவ்வாய்வில் பதிகம் எவ்வாறு மேற்கோள்களின் தொகுப்பாக இருக்கிறது என்பதைக் காட்டும் முயற்சிமேற்கொள்ளப்படுகின்றது.

## பதிகம்: மேற்கோள்களின் தொகுப்பு

முன்னுரையாக அமையும் பதிகம் சிலப்பதிகாரக் காதைகளைப் பட்டியலிடுவதன் மூலம் பனுவலைச் சுருக்கி உரைக்கிறது. இந்தப் பட்டியலும் ஆசிரியரின் கருத்தாக முன்வைக்கப்படும் மூன்று அறங்களும் முன்னுரை வேலையை நிறைவுசெய்கின்றன. சிலப்பதிகாரப் பதிகத்தை எழுதியவர் பனுவல் மீதான தமது வாசிப்பை, அதன்வழித் தாம் உணர்ந்த திரண்ட கருத்தை முன்னுரையாக, பதிகமாகப் பதிவு செய்கின்றார். அவரது ஆழ்ந்த வாசிப்பின் பலனாக உருவாகியுள்ள பதிகம் பனுவலிலிருந்து எடுக்கப்பட்ட மேற்கோள்களின் தொகுப்பாக இருப்பதைக் காணமுடிகிறது. பதிகத்தை நாம் சிலப்பதிகாரத்தின் பகுதியாகக் கருதுவதற்கு மேற்கோள்களின் தொகுப்பாக அமைந்துள்ள அதன் அமைப்பே காரணமாகும்.

இடைப்பனுவலியம் பொதுவாக ஒரு பனுவலில் எதிரொலிக்கும் பிற பனுவல்களின் தொடர்கள், கருத்துகள் போன்றவற்றைக் கவனத்தில் கொண்டாலும் ஒரு பனுவலைப் பற்றிய பனுவலாக இருக்கின்ற சிலப்பதிகாரப் பதிகத்தையும் நாம் இடைப்பனுவலாகக் கொள்ளலாம்[2]. ஏனென்றால் பதிகம் ஒரு பனுவலுக்கான முன்னுரை போலச் செயல்படாமல் சில கதைகள், கருத்துகள், பாத்திரங்கள் போன்றவற்றை உருவாக்கிக் கொண்டு பனுவலாகவே இயங்குகின்றது

பதிகத்தின் கதைகளில் பாத்திரங்கள் நிகழ்த்தும் அத்தனை உரையாடல்களும் சிலப்பதிகாரப் பனுவலுக்குள் நிகழ்த்தப்படும் உரையாடல்களின் எதிரொலிகளாகவே இருக்கின்றன. பக்தினின் பார்வையில், சிலப்பதிகாரப் பனுவல் உருவாக்கிய கூற்றுகளின் போலச்செய்தலாக இவை திகழ்கின்றன. நீளமான கதைக்கு இடையில் பயன்படுத்தப்பட்ட தொடர்கள் சரியான முறையில் தேர்ந்தெடுக்கப்பட்டுக் கலப்பினமாகப் பதிகத்தில் பயன்படுத்தப்படுகின்றன. இதனால் பதிகம் பயன்படுத்தும் ஒவ்வொரு தொடருமே முக்கியமானதாகத் தெரிகின்றது. இது இளங்கோவின் நடையைக் கொண்டுவருவதாக இன்றி, சிலப்பதிகாரப் பனுவலுடன் தொடர்ந்து உரையாடலை நிகழ்த்திக் கொண்டே இருக்கிறது என்பதைக் காட்டுகின்றது.

---

2. அதேநேரம் பதிகத்தைத் துணைப்பனுவலாகவும் கருதும் வாய்ப்பிருக்கின்றது. இக்கருத்து இந்நூலின் பின்பகுதியில் விளக்கப்படுகின்றது

பதிகம், பனுவல் இரண்டிலும் பயன்படுத்தப்பட்டுள்ள தொடர்களை இணைத்துப்பார்ப்பதன் மூலம் பதிகம் எப்படிச் சிலப்பதிகாரத்தின் மேற்கோள்களாக, உரையாடல்களின் எதிரொலிகளாக, போலச்செய்தலாக அமைந்திருக்கிறது என்பதையும் இதன்மூலம் சிலப்பதிகாரப் பனுவலைவிட வீரியமுடைய பனுவலாக இருக்கிறது என்பதையும் பருண்மையாக உணரமுடியும்.

| வ. எண் | பதிகம் | சிலப்பதிகாரம் |
|---|---|---|
| *1.* | அரசு துறந்து இருந்த | அரைசு வீற்றிருக்கும் திருப் பொறி உண்டு *(30–75)* |
| *2.* | பொலம்பூ வேங்கை நலம் கிளர் கொழு நிழல் | பூத்தவேங்கைப் பொங்கர்க் கீழ், ஓர் *( 23–91)* |
| *3.* | ஒருமுலை இழந்தாள் ஓர் திரு மா பத்தினிக்கு | ஒருமுலை குறைத்த திரு மா பத்தினி *(23–14)* ஒருமுலைகுறைத்ததிருமாபத்தினிக்கு *(27–129)* |
| *4.* | அமரர்க்கு அரசன் தமர் வந்து ஈண்டி, அவள் காதல் கொழுநனைக் காட்டி | அமரர்க்கு அரசன் தமர் வந்து ஏத்த *( 23–197)* பத்தினிக்குக் காட்டிக் கொடுத்த *(24–22–7)* |
| *5.* | அவளொடுஎம் கண் – புலம் காண, விண் – புலம் போயது | வானவரும் நெடு மாரி மலர் பொழிந்து, குன்றவரும் கண்டு நிற்ப, கொழுநனொடு கொண்டு போயினார் *( 24–1–9)* |
| *6.* | தண்தமிழ்ச் சாத்தன், யான் அறிகுவன் அது பட்டது' என்று உரைப்போன் | தண்தமிழ் ஆசான் சாத்தன் இஃது உரைக்கும் *( 25–66)* |
| *7.* | பேராச்சிறப்பின் புகார் | பொதுஅறு சிறப்பின் புகாரே *(1–16)* |
| *8.* | ஆடியகொள்கையின் அரும் பொருள் கேடு உற | சலம்புணர் கொள்கைச் சலதியொடு ஆடி, குலம்தரு வான் பொருள் – குன்றம் தொலைந்த *(9–69,70)* |
| *9.* | மாடமதுரைபுகுந்தனன் | மாடமதுரை அகத்துச் சென்று *(9–76)* |
| *10.* | மன்பெரும் பீடிகை மறுகில் செல்வோன் | மாதர்வீதி மறுகிடை நடந்து, பீடிகைத்தெருவில் பெயர்வோன் *( 16–103. 104)* |

| வ. எண் | பதிகம் | சிலப்பதிகாரம் |
|---|---|---|
| 11. | கோப்பெருந் தேவிக்கு அல்லதை, இச்சிலம்பு யாப்புறவு இல்லை | கோப்பெருந்தேவிக்கு அல்லதை, இச்சிலம்புயாப்புறவு இல்லை (16–121 122) |
| 12. | வினைவிளை காலம் ஆதலின், யாவதும்சினை அலர் வேம்பன் தேரான் ஆகி | வினைவிளை காலம் ஆதலின், யாவதும்சினை அலர் வேம்பன் தேரான் ஆகி (16 – 148.49) |
| 13. | கன்றியகாவலர்க் கூஉய், "அக்கள்வனைக் கொன்று, அச்சிலம்பு கொணர்க ஈங்கு" என | கன்றியகள்வன் கையது ஆகின், கொன்று, அச் சிலம்புகொணர்க ஈங்கு' என (16–152. 53) |
| 14. | கொலைக்களப்பட்ட கோவலன் மனைவி | கொலைக்களப்பட்ட கோவலன் மனைவி (20–62) கொலைக்களப்பட்ட சங்கமன் மனைவி (23–158) |
| 15. | முத்துஆர மார்பின் முலைமுகம் திருகி | முதிராமுலைமுகத்து எழுந்த தீயின் (25–76) முலைமுகம்திருகிய (30–150) |
| 16. | நிலை கெழு கூடல்நீள் எரி ஊட்டிய | நிலைகெழு கூடல் நீள் நெடு மறுகின் (23 – 123) |
| 17. | விறலோய்! | விறலோன்(23 – 80.82) விறலோன்(28 – 136) |
| 18. | அதிராச்சிறப்பின் மதுரை மூதூர் | தீதுதீர் மதுரைக்கு ( 10 – 58) மாண்பு உடை மரபின் மதுரைக்கு (11 – 139) பண்பு மேம்பட்ட மதுரை மூதூர் ( 15 – 9) மதுரைமூதூர் (10 – 41,51 ; 11 – 188; 25 – 77; 27 – 131) |
| 19. | ஆர்அஞர் உற்ற வீர பத்தினி முன் | ஆர் அஞர் எவ்வம் ( 23 – 20. 22) ஆர் அஞர் உற்ற வீரபத்தினிமுன் (22 – 155) |
| 20. | மதுரைமா தெய்வம் வந்து தோன்றி, "கொதி அழல்சீற்றம் கொங்கையின் விளைத்தோய்! முதிர் | மதுரைமா தெய்வம் மா பத்தினிக்குவிதி முறைசொல்லி, அழல்வீடுகொண்டபின் ( 23 – 177) வினை நுங்கட்கு முடிந்தது |

| வ. எண் | பதிகம் | சிலப்பதிகாரம் |
|---|---|---|
| *21.* | சிங்காவண் புகழ்ச் சிங்கபுரத்துச் சங்கமன் என்னும் வாணிகன் மனைவி | சிங்காவண் புகழ்ச் சிங்கபுரத்தின் ஓர். . .சங்கமன் என்னும் வாணிகன் . . . மனைவி *(23 – 149.151.158)* |
| *22.* | இட்டசாபம் கட்டியது | விழுவோள்இட்ட வழு இல் சாபம்பட்டனிர் *(23 – 169.70)* |
| *23.* | வார்ஒலி கூந்தல்! நின் மணமகன் – தன்னை ஈர் ஏழ் நாள் அகத்து எல்லை நீங்கி, வானோர் – தங்கள் வடிவின் அல்லதை ஈனோர் வடிவில் காண்டல் இல்" என | வார்ஒலி கூந்தல்! நின் மணமகன் – தன்னை ஈர் – ஏழ் நாள் அகத்து எல்லை நீங்கி, வானோர் – தங்கள் வடிவின் அல்லதை, ஈனோர் வடிவில் காண்டல் இல்' என *(23 – 173 – 76)* |
| *24.* | அரைசியல் பிழைத்தோர்க்கு அறம் கூற்று ஆவதூஉம் | அல்லவைசெய்தார்க்கு அறம் கூற்றம் ஆம் என்னும்*(20.v.1–1).* முறைஇல் அரசன்*(19–3)* அரைசுகேடுறும் *(23 – 136)* அரசுகேடுற *(24 –1 – 5)* அரசோடு ஒழிப்பேன் மதுரையும் *(21 – 37)* |
| *25.* | உரைசால்பத்தினிக்கு உயர்ந்தோர் ஏத்தலும், | உரைசால்சிறப்பின் *(2–1, 8–5,22–60,27–70)* உரைசால் மதுரை*(23–135)* நிறை உடைப் பத்தினிப் பெண்டிர்காள்! *(19 – 4)* பத்தினிப்பெண்டிர்*(15–147)* திரு மா பத்தினி *(23–14)* மாபெரும் பத்தினி, *(25–74)* உயர்ந்தோர் ஏத்தும் *(5 – 109)* பார் தொழுது ஏத்தும் பத்தினி *(28–210)* |
| *26* | ஊழ்வினைஉருத்து வந்து ஊட்டும் என்பதூஉம் | ஊழ்வினை வந்து உருத்தது *(7 – 52 – 4)* பண்டை ஊழ்வினை உருத்துஎன். *(16 – 217)* உம்மைவினை வந்து உருத்த காலை. *(23 – 171)* அரசுகேடுற வல் வினை வந்து உருத்தகாலை *(24 –1 – 5)* ஊழ்வினைஉருத்து எழ*(27 –59)* |

| வ. எண் | பதிகம் | சிலப்பதிகாரம் |
|---|---|---|
| 27 | சூழ்வினைச் சிலம்பு காரணமாக | செய்வினைச்சிலம்பின் (16 –160) தீவினைச்சிலம்பு காரணமாக (25 – 69) |
| 28 | முடி கெழு வேந்தர் மூவர்க்கும் உரியது | முடிஉடை வேந்தர் மூவருள்ளும் (10 – k –1)<br>முடிகெழு வேந்தர் மூவருள்ளும் (23–k–1)<br>முடிமன்னர் மூவரும் காத்து ஓம்பும் (29–2–1)<br>முடிஉடை வேந்தர் மூவருள்ளும் (30 – k –1) |
| 29. | ‘அடிகள் ! நீரேஅருளுக’ என்றாற்கு | அடிகள்நீரே அருளுதிர் (10–62) |
| 30. | மங்கலவாழ்த்துப் பாடலும் | மங்கலவாழ்த்துப் பாடல் |
| 31. | குரவர்மனையறம்படுத்த காதையும் | மனையறம்படுத்த காதை |
| 32. | நடம்நவில் மங்கை மாதவி அரங்கேற்று காதையும் | அரங்கேற்றுக்காதை |
| 33. | அந்திமாலைச் சிறப்புச் செய் காதையும் | அந்திமாலைச் சிறப்புச் செய் காதை |
| 34. | இந்திரவிழவு ஊர் எடுத்த காதையும் | இந்திரவிழவு ஊர் எடுத்த காதை |
| 35. | கடல்ஆடு காதையும் | கடல்ஆடு காதை |
| 36. | மடல்அவிழ் கானல் வரியும் | கானல்வரி |
| 37. | வேனில்வந்து இறுத்தென மாதவி | இரங்கிய காதையும் வேனில்காதை |
| 38. | தீதுஉடைக் கனாத் திறம் உரைத்த காதையும் | கனாத்திறம் உரைத்த காதை |
| 39. | வினாத்திறத்து நாடு காண் காதையும் | நாடுகாண் காதை |
| 40. | காடுகாண் காதையும் | காடுகாண் காதை |
| 41. | வேட்டுவவரியும் | வேட்டுவவரி |

| வ. எண் | பதிகம் | சிலப்பதிகாரம் |
|---|---|---|
| 42. | தோட்டுஅலர் காதையொடுபுறஞ்சேரி இறுத்த காதையும் | புறஞ்சேரிஇறுத்த காதை |
| 43. | கறங்குஇசை ஊர் காண் காதையும் | ஊர்காண் காதை |
| 44. | சீர்சால்நங்கை அடைக்கலக் காதையும் | அடைக்கலக்காதை |
| 45. | கொலைக்களக்காதையும் | கொலைக்களக்காதை |
| 46. | ஆய்ச்சியர்குரவையும் | ஆய்ச்சியர்குரவை |
| 47. | தீத்திறம் கேட்ட துன்ப மாலையும் | துன்பமாலை |
| 48. | நண்பகல்நடுங்கிய ஊர் சூழ் வரியும் | ஊர்சூழ் வரி |
| 49. | சீர்சால்வேந்தனொடு வழக்கு உரை காதையும் | வழக்குஉரை காதை |
| 50. | வஞ்சினமாலையும் | வஞ்சினமாலை |
| 51. | அழல்படு காதையும் | அழல்படு காதை |
| 52. | அரும்தெய்வம் தோன்றிக்கட்டுரை காதையும் | கட்டுரைக்காதை |
| 53. | மட்டுஅலர் கோதையர் குன்றக் குரவையும் | குன்றக்குரவை |
| 54. | காட்சி | காட்சிக்காதை |
| 55. | கால்கோள் | கால்கோள்காதை |
| 56. | நீர்ப்படை | நீர்ப்படைக்காதை |
| 57. | நடுகல் | நடுகல்காதை |
| 58. | வாழ்த்து | வாழ்த்துக்காதை |
| 59. | வரம்தரு காதையொடு | வரம்தரு காதை |
| 60. | உரைசால்அடிகள் அருள | அடிகள்நீரே அருளுதிர (10–62) |
| 61. | மதுரைக்கூல வாணிகன் சாத்தன் கேட்டனன் | தண்தமிழ் ஆசான் சாத்தன் ( 25 – 6) |

இங்குக் காட்டப்பட்ட 61 மேற்கோள்களில் 30 மேற்கோள்கள் காதைகளின் பெயர்கள் ஆகும். மற்றவை சிலப்பதிகாரப் பனுவல் பயன்படுத்திய தொடர்கள். இத்தொடர்களை,

1. பனுவல் தொடரை அப்படியே பயன்படுத்திவை
   ( 11, 12, 14, 15, 17, 19, 23, 29, 30, 31, 33, 34, 35, 40, 41, 45, 46, 50, 51, 54 – 59 )

2. கருத்தை உள்வாங்கிக்கொண்டு அதிலிருந்து உருவாக்கப்பட்டவை
   ( 5, 8, 20, 59 )

3. சுற்று மாற்றி அமைக்கப்பட்டவை
   ( 2, 10 )

4. எதிரிடையாக அமைக்கப்பட்டது
   ( 1 )

5. சில அடைகளைப் புதிதாக உருவாக்கிக் கொண்டவை
   ( 18, 32, 36, 43, 44, 47, 48, 53, 61 )

6. அடைகளை மட்டும் மாற்றிக்கொண்டவை
   ( 27, 38, 39 )

7. சில சொற்களை மட்டும் மாற்றிக்கொண்டவை
   ( 3, 7, 9, 13, 16, 22, 28 )

8. தொடரில் சில சொற்களை நீக்கியவை
   ( 6 )

9. பனுவல் தொடருடன் வேறு சிலவற்றைச் சேர்த்துக் கொண்டவை
   ( 25, 37 )

10. இரண்டு தொடர்களை இணைத்துக் கொண்டவை
    ( 4, 21, 24, 42, 49, 52 )

என வகைப்படுத்திப் பார்க்கலாம். இவை சிலப்பதிகாரத் தொடர்களே அன்றிப் பதிக ஆசிரியருடைய தொடர்கள் அல்ல. பதிக ஆசிரியருடைய தொடராகச் சிலவற்றையே சுட்ட முடிகிறது. ஆனாலும் பதிகத்தில் பயன்படுத்தப்படும்போது இத்தொடர்கள் மிக வலிமையாக இருப்பதை உணரலாம். இந்த வலிமையையே பக்தின் மொழியியல் கலப்பு என்று குறிக்கின்றார்.

சிலப்பதிகாரத்தின் தொடர்களை அப்படியே எடுத்தாளும் பதிகம், இவை பனுவல் தொடர்கள் அல்ல என்று தொடரின் அமைப்பை மறைப்பதற்கான ஒரு சிறு முயற்சியைக் கூடச்

செய்யாமல் வெளிப்படையாகவே பயன்படுத்துகின்றது. மேலே சுட்டிய பத்து வகைகளில் சிலப்பதிகாரத் தொடர்களைப் பயன்படுத்தும் பதிகம், சிலப்பதிகாரம் சுட்டும் கதைகளை, கருத்துகளை இத்தொடர்களின் வழியாக மீளவும் முன் வைக்கின்றது. சாத்தனார் பாத்திரத்தின் தற்காலத்தன்மையால் மீள முன்வைக்கப்படும் கதை மிக்க வலிமையுள்ளதாக மாறுகின்றது. மேலும் அக்கதைகள் மீது ஓர் உண்மைத்தன்மை ஏற்றப்படுகின்றது.

பதிகத்தின் வழி, சிலப்பதிகாரத்தின் நோக்கமாக முன் வைக்கப்படும் மூன்று அறங்களில் முதல் தொடர் பனுவலின் வெவ்வேறு பகுதிகளிலிருந்து எடுத்துக் கோர்க்கப்பட்டதாக இருக்கிறது. இரண்டாவது தொடர் வெவ்வேறு பகுதிகளில் இருந்து எடுத்து கோக்கப்பட்டதாகவும் வேறு ஒரு தொடரின் மறு எழுதுதலாகவும் இருக்கிறது. ஊழ்வினை பற்றிய மூன்றாவது தொடர் பனுவலில் பல இடங்களில் பயன்படுத்தப்பட்டுள்ளது. அத்தொடர் அப்படியே கையாளப்படுகின்றது. பனுவலின் கருத்தாகப் பதிகம் முன்வைக்கும் மூன்று கருத்துகளும் அடிப்படையில் சிலப்பதிகாரத் தொடர்களாலேயே உருவாக்கப்பட்டுள்ளன. என்றாலும் சிலப்பதிகாரம் முன்வைப்பதைவிட வலிமையாக முன்வைக்கின்றன. இதனாலேயே இம்மூன்று அறங்களும் பதிகத்தின் கருத்து என்பதைவிடப் பனுவலின் கருத்தாக ஏற்கப்பட்டுச் சிலப்பதிகாரத்தின் அடிப்படையாக முன்வைக்கப்படுகின்றன. இந்தச் சிலப்பதிகாரப் பனுவலின் தொடரைப் பயன்படுத்துகின்ற தன்மை எதிர்பாராதது அன்று. திட்டமிட்டே செய்யப்படுவது ஆகும்.

போலச் செய்தலில் இரண்டு மொழிகள் ஒன்றுக்குள் ஒன்று குறுக்கிடுகின்றன. அது போலவே இரண்டு நடைகள், இரண்டு மொழியியல் பார்வையிலான கருத்து களும் பேசப்படுகின்ற இரண்டு பொருண்மைகளும் குறுக்கிடுவதுடன் பகுத்தாயவும்படுகின்றன. இம்மொழி களில் ஒன்றே ஒன்று (எது தழுவப்பட்டதோ அது) தனது கருத்தை வெளிப்படுத்தும் உரிமையுள்ளதாக இருக்கிறது என்பதே உண்மை. மற்றதன் இருப்பு புலப்படாததாக இருப்பதுடன், புனையப்படுவதற்கான பின்னணியாக இருக்கிறது. போலச் செய்தல் என்பது திட்டமிட்டே செய்யப்பட்ட கலப்பையுடையது. ஆனால் இயல்பாக அது மொழியினூடாக அமைந்ததாகும். அது இலக்கிய மொழியின் அடுக்கடுக்கான வளமை, பல்வேறு தனிப்பட்ட போக்குடைய மொழிகள் மற்றும் இனப் பொதுயியல்புடைய மொழிகளின் வளமை போன்றவற்றால் தன்னை வளப்படுத்திக்கொள்கிறது (2008A: 76)

என்னும் பக்தினின் கருத்தைச் சிலப்பதிகாரப் பதிகத்தில் நம்மால் பொருத்திக் காணமுடியும். பதிகம் சிலப்பதிகாரத்திற்கு முன்னுரையாக அமைந்தாலும் அடிப்படையில் சிலப்பதிகாரக் கதையையே தனது கதையாகக் கொண்டிருக்கின்றது என்பதனால் மற்றொரு சிலப்பதிகாரத்தைப் பதிகம் உருவாக்க முனைகின்றது எனலாம். இந்தச் சிலப்பதிகாரத்திற்கு ஆசிரியராக இருப்பவர் சாத்தனார் ஆவார். இவர் சிலப்பதிகாரக் கதைக்கு உரிமையுடையவராகத் திகழ்கின்றார். பதிகம் எனும் பனுவலின் கதைப்படி, சாத்தனாரே கண்ணகி - கோவலன்; கதையைப் பனுவலாக்கும் உரிமையை இளங்கோவிற்குப் பெருந்தன்மை யாக விட்டுக் கொடுக்கின்றார். இதனால் சிலப்பதிகாரத்தின் மொழிநடை, கருத்து அனைத்திற்கும் சாத்தனாரே உரிமை யுடையவராக மாறுகின்றார். போலச்செய்தலாக இருக்கின்ற பதிகம் மூலநூலைப் போன்ற முக்கியத்துவத்தைப் பெறுகின்றது. பனுவலின் சிறந்த, முக்கியத்துவமுடைய தொடர்களைத் தன்வசப்படுத்திக் கொண்டு அதற்கு மெருகூட்டித் தக்க முறையில் பதிகம் வழங்குகின்றது. அதனால் பக்தின் சொல்வதைப் போலப் பதிகம் பயன்படுத்தும் தொடர்கள் வீரியமுடையவை யாக மாறுகின்றன. அதற்குக் காரணம் பதிகத்தின் மொழிநடை யும் கதை சொல்லும் போக்கும் சிலப்பதிகாரப் பனுவலுடன் உரையாடுவதாக இருக்கின்ற முறையே ஆகும்.

> எந்த வகைப்பட்ட திட்டமிட்ட நடையியல் கலப்பும் கூடுதலாகவோ குறைவாகவோ உரையாடல் தன்மையுடையதாக்கப்படும். இந்த நடையியல் கலப்பில் கலக்கப்பட்டுள்ள மொழிகளானது உரையாடலில் இடையில் இணைபவற்றைப்போல், ஒன்றுக்கொன்று தொடர்புடையதாக இருக்கும் என்பது இதன் பொருள். இதில் மொழிகளுக்கிடையே ஒரு வகையான விவாதமிருக்கிறது. அது மொழி நடைகளுக்குள் உள்ள விவாதமாகும். ஆனால் எடுத்துரைப்பியல் நோக்கிலோ அது உரையாடல் அன்று; அல்லது நுட்பமான நோக்குடையதும் அன்று; இன்னும் சொல்லப்போனால் அது அவரவர் நோக்கிலான உரையாடல் ஆகும். அவற்றில் ஒன்றிலிருந்து மற்றொன்றை மொழிபெயர்க்க முடியாது. அவை நிலையான மொழியைக் கொண்ட நோக்கங்கள் அல்லது பார்வைகளுக்கிடையேயான உரையாடலாகும்.
>
> எனவே, ஒவ்வொரு போலச்செய்தலும் திட்டமிட்டுச் செய்யப்பட்ட உரையாடல் கலப்புகளாகும். மொழிகளும் அவற்றின் நடைகளும் தமக்குள் சுறுசுறுப்பாக ஒன்றற்கொன்று ஒளி அளித்து விளக்கம் பெறுகின்றன *(2008A:76)*

எனப் பக்தின் சுட்டுகின்றார். சிலப்பதிகாரப் பனுவலுக்கும் பதிகத்திற்கும் இடையில் நடக்கின்ற உரையாடலில் பதிகத்தின் சாத்தனார் பாத்திரமும் வாசகர்களும் இடையில் சில தொடர்களை உருவாக்கிக்கொண்டு இணைகின்றனர். இப்படி இடையில் இணைவதனால் பதிகத்தின் நடை சிலப்பதிகாரத்தைப் போலச்செய்ததாக அமைந்துள்ளது. மொழியியல், உரையாடல் கலப்புகளால் திட்டமிட்டு ஆக்கப்பட்ட பனுவல் / பதிகம் வலிமையானதாக மாறுகின்றது. அதனால்தான் மூலப்பனுவல் சுட்டாத, பனுவலின் மொழிநடையினால் உருவாக்கப்படும் பதிகத்தின் மூன்று அறங்கள் முக்கியத்துவமுடையனவாக மாறுகின்றன.

பதிகம் கதைகள், காட்சிகள் முதலியவற்றை உள்ளடக்கிய ஒரு பனுவலாகத் திகழ்ந்தாலும் அடிப்படையில் சிலப்பதிகாரப் பனுவலைப் பற்றிய புரிதலாகத்தான் இருக்கிறது. பனுவலில் மூன்று அறங்களைக் காட்டுவதும் கண்ணகியைச் சாதாரணப் பெண் என்ற நிலையிலிருந்து நீக்கிப் பத்தினியாகக் காட்டுவதுமே பதிகத்தின் நோக்கமாக அமைந்துள்ளது. இவற்றைப் பனுவலைப் பற்றிய வாசகப் புரிதலாகக் காணலாம். மேலும் இப்புரிதலுக்கான சாத்தியங்களைப் பனுவல் தனக்குள்ளாகவே கொண்டிருக்கின்றது. ஒரு பனுவலுக்குரிய தன்மையுடன் திகழ்ந்தாலும் பனுவலைப் பற்றிய புரிதலாக இருப்பதனால், ஒரு வகைத் துணைப் பனுவலாகப் பதிகத்தினைக் காணலாம்.

# 5

# துணைப் பனுவல் நோக்கில் பதிகம்

## பதிகம் எனும் வாசிப்பு

பொதுவாக ஒரு வாசிப்பின்போது, வாசகர் தான் வாசித்த பனுவலின் மீது வினைபுரிவதும் ஏதாவது ஒரு தலைப்பின்கீழ் அப்பனுவலைச் சுருக்கிப் புரிந்துகொள்வதும் நடக்கின்றன. பனுவலைப் புரிந்துகொள்வதற்குச் சில தொடர்கள், கருத்துகள் வாசகருக்கு அடிப்படையாக அமைகின்றன. ஒவ்வொரு வாசகருக்கு ஏற்பவும் இப்புரிதல் மாறுபடலாம். எந்த ஒரு பனுவலின் மீதான புரிதலும் பெரும்பாலும் பனுவலாக எழுதி வைக்கப்படுவதில்லை. ஆனால் சிலப்பதிகாரப் பனுவலில் கதைச் சுருக்கங்களாக, புரிதல்களாகச் சில பதிவுகள் காணப்படுகின்றன. குறிப்பாகப் பதிகத்தை இப்படி எழுதப்பட்ட புரிதலாகக் காணமுடியும். சிலப்பதிகாரத்தை ஒரு வாசகராக நின்று வாசித்துப் பதிக ஆசிரியர் சுருக்கிப் புரிந்து கொண்டதுதான், சிலப்பதிகாரம் எழுதுவதன் நோக்கமாக இளங்கோவடிகள் என்னும் பாத்திரம் சுட்டும் மூன்று அறங்கள் ஆகும்.

## பதிகம்: ஒரு துணைப் பனுவல்

கதைகள், கருத்துகள் போன்றவற்றைச் சொல்லும் பதிகம், புதிய தொடர்களை உருவாக்கிக் கொண்டு தனித்தியங்கி ஒரு பனுவலாகவே தன்னை

நிலைநிறுத்திக்கொண்டிருக்க முடியும். சிலப்பதிகாரப் பனுவலின் காதைகளினுடைய பட்டியலை அளிக்காமல் கதையைச் சற்று நீட்டிச் சொல்லி இருந்தால் பதிகம் என்றில்லாமல் தனி ஒரு பனுவலாகவே அது இயங்கி இருக்கலாம். ஆனால், பதிகத்தின் நோக்கம் தனி ஒரு பனுவலாக இயங்குவது அன்று. சிலப்பதிகாரப் பனுவலைப் பற்றிய பனுவலாக (Text about text), ஒரு துணைப் பனுவலாக (Sub Text) இயங்குவதே பதிகத்தின் நோக்கம் என்பதை உணரமுடிகின்றது. இப்படிப் பல துணைப் பனுவல்கள் சிலப்பதிகாரப் பனுவலைச் சார்ந்து உருவாகியுள்ளதைக் காணமுடிகின்றது.

நவீனத்திறனாய்வியல், ஒரு பனுவலுக்கு உள்ளே பொதிந்திருக் கின்ற, வெளிப்படையாகத் தெரியாத பொருள்களைத் துணைப் பனுவல் எனக் கூறுகின்றது.

நேரடியாகவோ வெளிப்படையாகவோ கூறப்படாமல் உய்த்துணரப்படும் பனுவல் துணைப் பனுவல் எனப்படும். இந்தச் (துணைப் பனுவல் என்ற) சொல் நிகழ்த்துகலை பயன்பாட்டிலிருந்து தோற்றம்பெற்ற சொல்லாக மட்டுமின்றி மௌன நிகழ்த்து கலையோடு (Theatre of Silence) ஒன்றிப் போகும் சொல்லாகும். இந்தச் சொல் நவீன நாடகத்தில் பெரும்பாலும் ஹெரால்ட் பின்டர் (Herold Pinter) என்பவருடனேயே இணைத்துப் பேசப்படுகிறது. திறனாய்வாளர்கள் நோக்குப்படி ஹெரால்ட் பின்டருடைய நாடகங்கள் மேல் நிலையில் வெளிப்படையாகக் கூறப்படாத வன்முறை அல்லது பாலியல் இயல்புகளையுடைய துணைப் பனுவல்களாக விளங்கின. இந்தச் சொல் உண்மையான, மாறாத் தன்மையுடைய, ஒரு மறைமுகமான, உள்ளார்ந்த அர்த்தத்தைக்கொண்டு திகழ்கின்றது. பொதுவாக ஒருவரும் அறியாத வகையில் இந்தச் சொல்லானது மற்ற சொற்களைப் போலல்லாது தொடர்ந்து பல அர்த்தங்களை நிரலொழுங்காகக் கொண்டு விளங்கும் (2000 A: 348, 349)

எனக் கூறுவர். துணைப் பனுவல் பற்றிய புரிதல் வாசகரின் மனநிலை சார்ந்ததாக இருக்கிறது. என்றாலும், பனுவல் சொல்லாத அர்த்தத்தைக் கொண்டுவருவதற்கான சாத்தியங்கள் பனுவலில் இருப்பதனாலேயே இந்தப் புதிய பொருள் சாத்திய மாகிறது.

அண்மைக் காலமாக (துணைப் பனுவல் என்ற) இந்தச் சொல்; பரவலாகப் பயன்படுத்தப்படுகின்றது. உரையாடல் பற்றிய கொள்கைகளை உள்ளடக்கிய பேச்சுக் கூறுபாட்டியல் கொள்கையின் செல்வாக்குடன் (ஒரு சார்பில்) இது தொடர்பு

கொண்டுள்ளது. ஒருவகையில் அது திறனாய்வுக் கொள்கை களைப் பலவகைகளில் வெளிப்படுத்தும் வகையில் விவாதிக்கின்றது. குறிப்பாக இலக்கியம், பொதுவாக மொழி ஆகியவை உள்ளார்ந்த, மறைமுகமான, உள்நோக்கான பொருள்களில் இயன்றவரை வெளிப்படையாகவும் நேரடியாகவும் செயலாற்றுகின்றன (2000 A: 349)

எனக்கூறுவர். மொழி தான் வெளிப்படுகின்ற நேரத்தின் பொருளை மட்டுமன்றி, முந்தைய, பிந்தைய கூற்றுகளின் சங்கமமாகத் திகழ்கின்றது என்னும் பனுவல்களின் உரையாடல் தன்மை பற்றிய பக்தினின் கருத்துகளைத் துணைப் பனுவல் பற்றிய கருத்தாக்கத்தில் காணலாம். என்றாலும் "ஒரு துணைப்பனுவல் என்பது (நனவுநிலையிலோ நனவிலிநிலையிலோ) ஒரு ஆசிரியரது படைப்பாகும். இந்தத் துணைப் பனுவல் வாசகர் அல்லது பார்வையளராலேயே கண்டுபிடிக்கப்படுகிறது. ஆனால் அது அவர்களால் படைக்கப்படுவதில்லை" (2000A: 349) என்பர். ஆனால் தமிழ் மரபில் பனுவல்களுடன் இணைத்தே இந்தத் துணைப் பனுவல்கள் பதிவு செய்யப்பட்டுள்ளமையைக் காண முடிகின்றது. இத்தகு பனுவல்களை இடைச்செருகல்கள் என ஆய்வாளர்கள் பனுவலிலிருந்து விலக்கியுள்ளனர். என்றாலும், பனுவல்களுக்குள்ளேயே இவை இடம்பெறுவதையும் காணலாம்.

## தமிழில் துணைப் பனுவல் மரபு

பனுவல் பற்றிய கருத்தைப் பனுவலுடன் இணைத்துப் பதிவுசெய்யும் மரபு தமிழில் பழங்காலம் தொட்டே இருந்துள்ளது. பதிற்றுப்பத்தில் காணப்படும் பதிகங்களும் பத்துப் பாட்டில் காணப்படும் வெண்பாக்களும் பனுவல் பற்றிய செய்திகளைப் பதிவு செய்யும் மரபிலேயே தோற்றம் பெற்றுள்ளன.

பதிற்றுப் பத்தில் ஒவ்வொரு பத்திற்கு இறுதியிலும் பதிகம் என்ற பெயரில் துணைப் பனுவல்கள் அமைக்கப்பட்டுள்ளன. இத்துணைப் பனுவல்களில் பத்துப்பாடல்களின் பாட்டுடைத் தலைவன், அவனுடைய அருஞ்செயல்கள், பாடிய புலவர், பாடல்களின் பெயர்கள் முதலிய செய்திகள் இடம்பெற்றுள்ளன. பதிகத்தைச் சார்ந்த உரைப்பகுதியில் அப்பாடல்களைப் பாடிய புலவர் பெற்ற பரிசில்கள், வேந்தனின் ஆட்சியாண்டு பற்றிய செய்திகள் கூறப்பட்டுள்ளன. இவை பனுவலைப் பற்றிய புரிதல்களாக இன்றி, பனுவலைப் பற்றிப் பனுவலில் சொல்லப்படாத செய்திகளாக இருப்பதைக் காணலாம். இப்பதிகங்கள் பிற்காலத்தில் எழுதிச் சேர்க்கப்பட்டவை எனவே அறிஞர்கள் கருதுகின்றனர்.

*பதிகங்களின் அமைப்பினைப்பார்க்குங்கால் அவை பிற்காலச் சோழமன்னர்கள்தம் கல்வெட்டுக்களின் தொடக்கத்தில் வரைந்துள்ள மெய்க்கீர்த்திகளை ஒருவாறு ஒத்துள்ளன எனலாம். ஆனால் பதிற்றுப்பத்தின் பதிகங்கள் இறுதியிலுள்ளன. கல்வெட்டுக்களில் மெய்க்கீர்த்திகள் தொடக்கத்தில் உள்ளன. இவ்வேறுபாட்டை நுணுகியாராயுமிடத்து முதல் இராசராச சோழனுக்குத் தன் கல்வெட்டுக்களில் முதலில் மெய்க்கீர்த்தி யொன்று அமைக்கும் விருப்பத்தையுண்டு பண்ணியவை பதிற்றுப்பத்திலுள்ள பதிகங்களே என்று கருதுவதற்கு இடம் உளது (2008: 49, 59)*

என தி.வை. சதாசிவப்பண்டாரத்தார் குறிப்பிடுகின்றார். பாடலின் இறுதியில் இடம்பெற்ற இப்பதிகங்கள் பிற்காலத்தில் முதலில் அமையுமாறு அச்சிடப்பட்டுள்ளன. இறுதியில் இடம் பெறும்போது ஒரு வகையில் அது பனுவலைப் பற்றிய (வாசக) கருத்து எனும் தன்மையைப் பெற்றே இருந்திருக்கும் எனலாம். இப்பதிகங்கள் ஒருவகையான வாசிப்பாகவே இருந்ததைப் பண்டாரத்தாரது கருத்துகள் காட்டுகின்றன. ஔவை சு. துரைசாமிப் பிள்ளை அவர்கள் இரண்டாம் பத்தின் பதிகத்திற்கு அடிக்குறிப்பாக அளிக்கும்,

*இப்பதிகமும், ஏனைப் பத்துக்களிற் காணப்படும் பதிகங்களும் பதிற்றுப்பத்து மூலம் மட்டில் உள்ள ஏடுகளிற் காணப்படவில்லை. பழைய உரையோடு கூடிய ஏடுகளிற்றான் காணப்படுகின்றன (2008: 62)*

என்ற குறிப்பு இப்பதிகங்கள் கற்பித்தல் மரபிலேயே உருவாகியுள்ளதைக் காட்டுகின்றன. கற்பித்தல் மரபில் உருவான பனுவலைப் பற்றிய பனுவல்கள் ஒருவகையில் பனுவல்களைப் பற்றிய புரிதல்களே ஆகும். இவற்றை நவீனத் திறனாய்வியல் நோக்கில் நாம் துணைப் பனுவல் என்று அழைக்கின்றோம்.

பதிற்றுப்பத்தினைப்போலவே பத்துப்பாட்டில் உள்ள அத்தனை பாட்டுகளுக்கும் இறுதியில் வெண்பாக்கள் அமைக்கப்பட்டுள்ளன. இவற்றில் பொருநராற்றுப்படையிலுள்ள மூன்றாவது வெண்பா பட்டினப்பாலையின் வெண்பாவாக அமைக்கப்பட்டுள்ளமையும் திருமுருகாற்றுப்படையின் இறுதியில் உள்ள பாடல்கள் பத்துப்பாட்டும் சேர்ந்துள்ள பழைய ஏட்டுப் பிரதிகளில்லாமல் திருமுருகாற்றுப்படை மட்டுமுள்ள புதிய ஏட்டுப்பிரதிகளிலும் அச்சுப்பிரதிகளிலும் இருந்தமையும் உ.வே.சா. வால் (1986: 563, 81) சுட்டிக்காட்டப் பட்டுள்ளது. இவற்றில் திருமுருகாற்றுப்படையின் பாடல் மிக நீளமாக உள்ளது. பிற ஓரிரு வெண்பாவாக மட்டுமே உள்ளன.

திருமுருகாற்றுப்படையின் பாடல் பனுவலின் புரிதலாக, சுருக்கமாக அன்றி ஒரு பனுவலாகவே நிற்கின்றது. அதுபோலவே பிற பாட்டுகளின் வெண்பாக்களும் பனுவலை ஒட்டிய வேறு கருத்துகளை, பாட்டு முன்வைக்கும் கருத்துத்தொகுதிசார்ந்த பிற செய்திகளைப் பேசுகின்றன. அதனால் வகைப்படுத்திப் புரிந்துகொண்டதன் பதிவாகவே இவ்வெண்பாக்கள் அமைந்திருப்பதைக் காணலாம்.

இப்படிப் பனுவலைச் சார்ந்து சில கருத்துக்களைப் பதிவு செய்கின்ற மரபு தமிழ் இலக்கியப் புலத்தில் இருந்துள்ளதனை அறியமுடிகின்றது. இந்த மரபு இலக்கிய எழுதுமுறையுடன் தொடர்புடையதாக அன்றி இலக்கியத்திற்கான உரை, இலக்கியம் கற்பித்தல் மரபுடன் இணைந்ததாக இருந்திருக்கின்றது என்பதே இங்குக் கவனப்படுத்தப்படுகின்றது. இம்மரபினை நவீனத் திறனாய்வியலில் சுட்டப்படும் துணைப் பனுவல் என்பதுடன் இணைத்துப்பார்க்கலாம்.

நவீனத் திறனாய்வியல் நோக்கில் பனுவலைப் பற்றி எழுதப்படும் பனுவல் துணைப் பனுவல் அன்று. பனுவலை எப்படிப் புரிந்துகொள்கிறோமோ அதுவே துணைப் பனுவல் ஆகும். என்றாலும், தமிழ் மரபில் பனுவலுடன் இணைத்துப் பதிவுசெய்யப்பட்டுள்ள இந்தப் பதிகங்கள், வெண்பாக்களை நாம் எழுதப்பட்ட துணைப் பனுவல் *(Written Sub Text)* எனப் புரிந்துகொள்ளலாம். பனுவலைப் பற்றிய வாசிப்பை அல்லது பனுவலைத் தாம் புரிந்துகொண்ட விதத்தை அல்லது பனுவலின் திரண்ட கருத்தைப் பதிவுசெய்யும் மரபு தமிழில் இருந்துள்ளதை இவை காட்டுகின்றன. உரை எழுதியவர்கள் பனுவலுக்குள் இவற்றை இடம்பெறுமாறு செய்துள்ளனர். என்றாலும், இது தமிழ் வாசிப்பு மரபின், கற்பித்தல் மரபின் அடையாளமாகவே பனுவலுக்குள் இடம்பெற்றிருக்கிறது என்பதை உணரலாம்.

தமிழ் இலக்கியங்களில் காணப்படுகின்ற உரை மரபு, கற்பித்தல் மரபு சார்ந்து எழுதப்பட்ட துணைப் பனுவல்கள் பெரும்பாலான அறிஞர்களால் இடைச்செருகல்களாகக் கருதப்பட்டுப் பிற்காலப் பதிப்புகளில் நீக்கப்பட்டுள்ளன. இதனைப் பிற்காலப் பத்துப்பாட்டு நூல் பதிப்புகளில் காண முடிகிறது. ஆனால், பதிற்றுப்பத்து ஏடுகளில் ஒவ்வொரு பத்தின் இறுதியிலும் இருந்த பதிகம் பாடலின் முதலில் வைத்துப் பதிப்பிக்கப்பட்டுள்ளது. பதிகம் என்ற பெயர் அதற்குக் காரணமாக இருந்திருக்கலாம்.

ஒரே பனுவலுக்குப் பல்வேறு துணைப் பனுவல்கள் உருவாகின்ற நிலையும் தமிழ் மரபில் இருந்துள்ளது. இதற்குச்

சிறந்த எடுத்துக்காட்டு சிலப்பதிகாரமாகும். இத்தகு துணைப் பனுவல்களின் பெருக்கம் குறிப்பிட்ட இலக்கியம் தமிழ்ச் சமூகத்தில் பெற்றிருந்த முக்கியத்துவத்துடன் தொடர்புடையது எனலாம்.

## சிலப்பதிகாரத் துணைப் பனுவல்கள்

சங்ககாலம் தொடங்கித் (அதற்கு முந்தியதாகக்கூட இருக்கலாம்) தமிழ்ச் சமூகத்தின் நினைவில் இயங்கிக்கொண் டிருந்த மிக முக்கியமான கதையாடலாகச் சிலப்பதிகாரக் கதை (கண்ணகி – கோவலன் கதை) இருந்ததனால் சிலப்பதிகாரப் பனுவல் தொடர்ச்சியான வாசிப்புக்கு உட்படுத்தப்பட்டு வந்துள்ளது. தொடர்ந்து பயிலப்பட்டதனால் உரை மரபு, கற்பித்தல் மரபு சார்ந்து துணைப்பனுவல்கள் உண்டாக்கப் பட்டுள்ளன. பதிகம் மட்டுமின்றிப் பதிகத்திற்கு அடுத்ததாகவும் பனுவலுக்குப் புறத்திலும் அமைக்கப்பட்டுள்ள உரைபெறு கட்டுரை, காதைகளின் இறுதியில் அமைக்கப்பட்டுள்ள வெண்பாக்கள், கட்டுரைகள் போன்றவை சிலப்பதிகாரப் பனுவலின் துணைப் பனுவல்களாகவே உள்ளன. பத்துப்பாட்டு வெண்பாக்களைப் போல இவை பனுவலைப் பற்றிய பனுவல்கள்தாம் என்றாலும் பனுவலின் பகுதிகளாகவே பதிப்பிக்கப்படுகின்றன.

பதிகம் உள்ளிட்ட துணைப் பனுவல்கள் அனைத்தையும் சிலப்பதிகாரத்தின் பகுதிகளாகப் பார்க்கின்ற பார்வையே வழக்கமான / மரபார்ந்த பார்வையாக உள்ளது.

சிலப்பதிகார வெண்பாக்கள் இளங்கோவடிகள் பாடியவையல்ல என்று கருதுவோரும் உண்டு. அக்கருத்து ஏற்கத்தக்கதன்று. இரண்டு அல்லது மூன்று வெண்பாக்கள் நீங்கலாக, மற்றவை இளங்கோவடிகளால் பாடப்பட்டவை என்பதில் ஐயமில்லை.

> மனையறம்படுத்த காதையில் மூலத்தினிறுதியிலும் அந்திமாலைச் சிறப்புச் செய் காதை, கடலாடு காதை ஆகிய காதைகளில் உரையினிறுதியிலுமுள்ள மூன்று வெண்பாக்கள் இளங்கோ பாடியவை என்று நம்ப என்னால் முடியவில்லை. புலவர் பெருமக்கள் மேலும் ஆய்ந்து தெளிவாராக (2006இ: 111)

என ம.பொ.சி. வெண்பாக்கள் இளங்கோவடிகளால் படைக்கப்பட்டவையன்று என்று கூறினாலும் அவற்றின் மீதான ஆசிரியரின் உரிமையை நீக்குவதற்குப் பெருந்தயக்கம் காட்டுகின்றார். சிலப்பதிகாரம் பற்றிய அரசியல் கருத்துகளுக்கு

இந்தத் துணைப்பனுவல்களே அடிப்படையாக இருப்பதனால் இத்தயக்கம் அனைத்து அறிஞர்களிடமும் இருந்துகொண்டே இருக்கின்றது. அதே நேரம் ரகுநாதன்,

> சிலப்பதிகார நூலுக்கு முன்னாலுள்ள பதிகம் மற்றும் உரைபெறு கட்டுரை, ஒவ்வொரு காண்டத்தின் இறுதியிலும் இடம்பெற்றுள்ள கட்டுரைகள் அனைத்தும் இளங்கோவடிகள் இயற்றிவை அல்ல, அவை பிற்காலத்தில் யாரோ எழுதிச் சேர்த்த பிற்சேர்க்கைகளே என்பது தெளிவு. மேலும். இந்தக் கட்டுரைகளையெல்லாம் நீக்கிவிட்டாலும் சிலப்பதிகாரம் ஒன்றும் மூளியாகி விடவில்லை. கதைத் தொடர்பு ஒன்றும் அறுபட்டுப் போகவில்லை என்ற உண்மையையும் நாம் காணத் தவறி விடக்கூடாது (1984: 573, 574)

எனக் கூறுகின்றார். ரகுநாதன் கூறுவதுபோல இவையனைத்தும் பனுவலின் பகுதியாக இல்லாமல் பனுவலைப் பற்றிய பனுவலாக, துணைப் பனுவலாக இருப்பதை அவற்றின் எடுத்துரைப்பு முறையினால் அறியலாம். பதிகமும் உரைபெறு கட்டுரையும் பனுவலுக்கு வெளியேயும் வெண்பாக்களும் கட்டுரைகளும் பனுவலின் உள்ளேயேயும் அமைக்கப்பட்டுள்ளன. வெண்பாக் களும் கட்டுரைகளும் பனுவலுக்கு உள்ளே இருந்தாலும் காதை களுக்குப் புறத்தில் திரண்ட கருத்தாக, காதை சார்ந்து சுட்டப்படும் ஒரு வகையான கருத்தாக அமைந்துள்ளதைக் காணலாம்.

## உரைபெறு கட்டுரை

உரைபெறு கட்டுரை சிலப்பதிகாரப் பனுவலைப் பற்றியதாக இல்லாமல் நாட்டுப்புற மரபு சார்ந்து நிகழ்த்தப்பட்ட சடங்கு களைப் பற்றிக் கூறுகின்றது. இது அடிப்படையில் கண்ணகிக்குத் துன்பம் இழைத்த அரசு, நாட்டுக்கு ஏற்பட்ட பின்விளைவுகளை, துன்பத்தைக் காட்டுவதுடன் தெய்வநிலை அடைந்த பெண்ணைத் (கண்ணகி எனப் பெயரைக் கூறாமல் நங்கை, பத்தினி என்ற தொடர்களையே பயன்படுத்துகின்றது) தொழுவதனால் ஏற்பட்ட நன்மைகளையும் காட்டுகின்றது.

"அன்று தொட்டு" என்ற தொடர் சிலப்பதிகாரக் கதையைக் கவனத்தில் கொள்ளாமல் மதுரையைத் தீ எரித்த நாளைக் கவனப்படுத்துகின்றது. "அது கேட்டு" என்று மூன்று முறை சுட்டப்படும் தொடர்கள் அரசர்கள் சாந்தி செய்த நிகழ்வுகளைப் பட்டியலிடுகின்றன. கயவாகு வேந்தன் விழாவெடுத்தது பற்றிக் கூறும்போது "விழாக்கோள் பன்முறையெடுப்ப" எனச் சுட்டப்படுகின்றது. இதனால் பல ஆண்டுக்கால இடைவெளியில்

நிகழ்ந்த நிகழ்ச்சிகள் ஒருங்குதிரட்டி உரைபெறு கட்டுரை என்ற பெயரில் அளிக்கப்பட்டதை அறியமுடிகின்றது. அதனாலேயே உரைபெறு கட்டுரை என்பதற்கு விளக்கம் கூறும் அடியார்க்கு நல்லார்,

> "உரைபெறு கட்டுரை – இவை முற்கூறிய கட்டுரைச் செய்யுள். "உரையிடையிட்ட பாட்டுடைச்செய்யுள்,உரைசாலடிகளருள (பதி. 87 – 8) என்றமையால், காப்பியங்கட்குச் சிறுபான்மை இவ்வுறுப்புக்களும் சில வருமெனக் கொள்க. என்னை? "உரையும் பாடையும் விரவியும் வருமே" (தண்டி.பொது. 11) என்பது அணியியலாகலின்" (2008: 32)

என எழுதுகின்றார். முற்கூறிய கட்டுரை என்பது முன்பு வழிவழியே கூறப்பட்டுவந்தது என்பதைக் குறிக்கிறது. இதனால் இவை சிலப்பதிகாரப் பனுவலுடன் பிற்காலத்தில் சார்த்தப்பட்டிருக்கின்றன என்பதை உணரமுடிகின்றது. இக்கட்டுரை பனுவலுக்கு ஒத்ததாக இல்லாமல் இருப்பதனால், இப்பகுதிக்கு உரைகூறும் வேங்கடசாமி நாட்டார் "அன்று தொட்டு என்றது கதையை உட்கொண்டு நின்றது, ஈண்டு அது கேட்டு என்றது பாண்டியன் செய்து பெற்றதனைக் கேட்டு என்றபடி" (1999:19) என உரையெழுதுகின்றனர். சாந்தி செய்தல் மழை பெய்தல் என்னும் இந்தச் சொல்லாடல்கள் நாட்டுப்புற மரபைத் தொடர்பவையாகும். அதனாலேயே சிலப்பதிகாரப் பனுவலுடன் தொடர்பற்றவையாக இருப்பதை உணரலாம். என்றாலும் தமிழ்மரபில் பனுவலின் பகுதியாகவே கருதப்படுகின்றது. இவ்வுரைபெறு கட்டுரை பனுவல் பற்றிய புரிதல் அன்று. என்றாலும், பனுவலின் தாக்கத்தினால் சமூகத்தின் நனவுநிலையில் இருந்து தொகுத்து எழுதப்பட்டுள்ளதாகும். இதனால் பனுவலின் செல்வாக்கால் பதிவுசெய்யப்பட்ட துணைப் பனுவலாக இதனைக் கருதலாம்.

## வெண்பாக்கள்

வெண்பாக்கள் சிலப்பதிகாரத்தின் அனைத்துக் காதைகளுக்கும் அமைக்கப்படாமல் மனையறம் படுத்த காதை, அரங்கேற்றுக் காதை, வேனிற்காதை, கனாத்திறமுரைத்த காதை, நாடுகாண் காதை, கொலைக்களக் காதை, வழக்குரைக் காதை, வஞ்சினமாலை, அழற்படு காதை, கட்டுரைக் காதை ஆகிய காதைகளுக்கு மட்டுமே அமைக்கப்பட்டுள்ளன. இவ்வெண்பாக்கள் ஒவ்வொன்றும் எந்தக் காதையில் அமைந்திருக்கின்றதோ அந்தக் காதையினைச் சார்ந்து சில கருத்துகளைத் தருகின்றன. மேலும் திரண்ட கருத்தையும் கதை நிகழ்வின் பின்னணி, விளைவு

ஆகியவற்றையும் அளிக்க முயன்றுள்ளன. கதையைச் சுருக்கிக் கூறமுடியாத காதைகளில் (குறிப்பாக வஞ்சிக்காண்டக் காதைகளில்) இத்தகு வெண்பாக்கள் இடம்பெறாமை கருதத்தக்கது.

வெண்பாக்கள் ஒரு வாசகரின் இடத்தில்நின்று தமது புரிதல் சார்ந்து சிலப்பதிகாரப் பனுவல் சொல்லியதையும் சொல்லாததையும் தருகின்றன. மேலும் கதையின் போக்கிற்குச் சில காரணங்களையும் கதை நிகழ்ச்சிகள் பற்றிய விமர்சனங்களை யும் இவை முன்வைக்கின்றன. உரைபெறு கட்டுரை பனுவலுக்கு வெளியில் இருப்பதைப்போன்று இவ்வெண்பாக்கள் (காதையாகிய) பனுவலுக்குப் புறத்திலும் நிற்கின்றன. பனுவலை வாசிக்கும் ஒரு வாசகர் இறுதியில் இடம்பெற்றுள்ள வெண்பாவை வாசிக்கும்போது அதன் கருத்திற்கு இணக்கமாகிவிடுவது தவிர்க்கமுடியாதது ஆகிறது.

## கட்டுரைகள்

கட்டுரைகள் உரைபெறுகட்டுரை, வெண்பாக்களின் அமைப்பில் இருந்து பெரிதும் மாறுபட்டுக் காணப்படுகின்றன. இவை பனுவலுக்கு உள்ளேயே அமைந்திருப்பதைப் போன்ற தோற்றத்தை ஏற்படுத்துகின்றன. அதற்குக் காரணம் கட்டுரை வடிவம் பனுவல் ஆசிரியரால் பயன்படுத்தப்பட்டுள்ளதே ஆகும். கானல்வரி, நாடுகாண்காதை, கட்டுரைக்காதை, வரம்தருகாதை ஆகிய காதைகளில் கட்டுரைகள் காணப்படுகின்றன. இவற்றில் கானல்வரியில் காணப்படும் கட்டுரை பிற காதைகளின் கட்டுரைகளிலிருந்து மாறுபட்டுப் பனுவல் ஆசிரியரால் எழுதப் பட்டுள்ளது. கானல்வரியின் இடையிலேயே பல கட்டுரைகள் காணப்படுகின்றன. இவையனைத்துமே கதையின் போக்கில் அமைந்திருப்பவையாகும். பிற மூன்று கட்டுரைகளும் பனுவலுக்கு வெளியே பனுவலின் ஒவ்வொரு காண்டத்தைப் பற்றிய வாசகப் பதிவுகளாக, ஒரு கருத்தை உருவாக்கும் நோக்கம் கொண்டவை யாக அமைந்திருப்பதைக் காணமுடிகிறது.

மூன்று கட்டுரைகளும் அவ்வக் காண்டங்கள் முடிவுற்றமை யைச் சொல்வதை வாய்ப்பாக்கிக் கொண்டு மூன்று வேந்தர்களின் புகழைப் பாடுகின்றன.

> முடிகெழு வேந்தர் மூவர்க்கும் உரியது (பதி: 61)

என்ற பதிகத்தின் தொடரை இக்கட்டுரைகள் பின்தொடர்வன வாகவே தோன்றுகின்றது. பதிகத்தின் இத்தொடரை நூலிழையாகக்கொண்டு ஒவ்வொரு வேந்தரின் புகழைப் பேசுவதற்கும் வாய்ப்பாக விரிக்கின்றன.

முடியுடை வேந்தர் மூவருள்ளும்
தொடிவிளங்கு தடக்கைச் சோழர்குலத்து உதித்தோர் (10: க: 1, 2)

முடிகெழு வேந்தர் மூவருள்ளும்
படைவிளங்கு தடக்கைப் பாண்டியர் குலத்தோர் (23: க: 1, 2)

முடியுடை வேந்தர் மூவருள்ளும்
குடதிசை யாளுங் கொற்றங் குன்றா
ஆர மார்பிற் சேரர்குலத் துதித்தோர் (30: க: 1, 2)

என்ற அடிகளில் ஒரு பொதுத்தன்மை இருப்பதைக் காணலாம். சங்க இலக்கியங்களில் காணப்படுகின்ற தமிழ் வேந்தர்கள் மூவர் என்ற கருத்தைப் பதிகம் தனது தேவைக்குத்தக எடுத்தாள்கின்றது.

முரசு முழங்கு தானை மூவருள்ளும் (புறம். 35: 4)
முரசு முழங்கு தானை மூவருள்ளும் (பெரும். 33)
முரசு முழங்கு தானை மூவரும்கூடி (பொரு. 54)
விறல் கெழு தானை மூவருள் ஒருவன் (புறம். 122: 4, 5)
முற்றிய திருவின் மூவர் ஆயினும் (புறம். 205: 1)
தமிழ்கெழு மூவர் காக்கும் (அகம். 31– 14)

எனும் தொடர்களைப் பதிக ஆசிரியர் தனது தொடராகத் திரும்ப எழுதுகின்றார். தமிழ் நிலத்தை மூன்றாகப் பிரித்து அறிகின்ற மொழி வழியிலான தேசியக் கருத்தியல் சார்ந்த இத்தொடருக்குப் பதிகம் முதன்மையளிக்கின்றது. சிலப்பதிகாரப் பனுவல் மூவர் பற்றிய கருத்தோட்டத்தை முன்வைத்தாலும் முடிகெழு மூவர் என்ற தொடரை நேரடியாகப் பயன்படுத்த வில்லை. கதையோட்டத்தில் இத்தொடரைப் பயன்படுத்த வேண்டிய தேவை இளங்கோவடிகளுக்கு ஏற்படவில்லை. பதிக ஆசிரியர் சிலப்பதிகாரப் பனுவலைத் தமிழ் நிலம், தமிழ்த் தேசியம், தமிழ் அரசு சார்ந்ததாகப் பார்ப்பதனால், அதனை முன்வைக்கின்ற சங்க இலக்கியத்தொடரை மேற்கோள் என்ற அடையாளம் ஏதுமின்றி எடுத்தாளுகின்றார். சிலப்பதிகாரத்தைப் பற்றிய, எழுதப்பட்ட துணைப் பனுவல்களான கட்டுரைகள் பதிகத்தை அப்படியே பின்பற்றி முடியுடை வேந்தர்களைப் பற்றிப் பேசுகின்றன. வேந்தர்களைப் புகழ்ந்துபேசுவதை நோக்கமாகக் கொண்டுள்ள இக்கட்டுரைகள் காண்டங்களில் இடம்பெற்ற செய்திகளைக்கூடச் சுருக்கிச் சுட்டாமல் இருப்பது கவனிக்கத்தக்கது. மதுரைக் காண்ட இறுதியில் அமைந்துள்ள கட்டுரை, பாண்டியன் நீதி தவறியமையைச் சுட்டாமல், "வட ஆரியர் படைகடந்து தென்தமிழ்நாடு ஒருங்குகாண" வேண்டும் என்பதற்காகவே பாண்டியன் நெடுஞ்செழியன் அரசு கட்டிலில் துஞ்சினான் எனக் கூறுகின்றது. இதன்வழியாக

வேந்தர்களுக்குள் எந்த வேறுபாட்டையும் ஏற்படுத்தாமல் மூவரையும் இணையாக வைத்துப்பார்க்கின்ற பார்வையைப் பதிகத்தைத் தொடர்ந்து கட்டுரைகள் உருவாக்குகின்றன.

நிகழ்த்துகலை மரபில், நிகழ்த்தப்படுகின்ற கதையின் ஒரு பகுதி முற்றுப்பெற்றதைக் குறிக்கின்ற வழக்கம் உண்டு. அந்தப் பின்னணியிலேயே இக்காண்டம் இத்துடன் முடிகின்றது என்பதைக் கட்டுரைகள் சுட்டுகின்றன. அதனால் பனுவலுக்கு வெளியில் இக்கட்டுரைகள் உருவாக்கப்பட்டுள்ளதை உணரலாம். மேலும் காண்டம் நிறைவுபெற்றதைக் காட்டும் அடிகள், ஒரு வாய்பாடு போல அமைக்கப்பட்டுள்ளன. சோழர், பாண்டியர், சேரர் என்கின்ற பெயர் வேறுபாட்டைத் தவிர அடிப்படை வேறுபாடுகள் எவையும் இக்கட்டுரைகளில் இல்லை. முதல் கட்டுரையிலிருந்து சில வரிகளை நீக்குவதும் ஒரு சில வரிகளைக் கூடுதலாகச் சேர்ப்பதுமே பிற கட்டுரைகளில் நிகழ்ந்துள்ளன. இந்த நீக்கல் – இணைத்தல் முறை நிகழ்த்துகலை மரபு சார்ந்ததாகும். அடிப்படையில் புகார்க்காண்டக் கட்டுரையின் நகல்களாகவே மதுரை, வஞ்சிக் காண்டங்களின் கட்டுரைகள் அமைந்திருக்கின்றன. ஒரு வாய்பாடாக வழங்கிய வரிகளில் சேர்க்கையும் நீக்கலும் மட்டும் நிகழ்ந்திருப்பதனால் பனுவல் நிகழ்த்துகலையாக அல்லது ஒரு குழுவிற்குப் பாடம்சொல்லப் பட்டதாக இருந்திருக்கும் எனக் கருதலாம்.

உரைபெறு கட்டுரை, (சிலப்பதிகார அல்லது கோவலன் – கண்ணகியின்) நிகழ்ந்த கதையின் தாக்கம் தமிழ்ச் சமூகத்தில் எப்படி இருந்தது என்பதைக்காட்ட, வெண்பாக்களும் கட்டுரைகளும் பதிகத்தின் தாக்கத்தினால் பனுவலுடைய துணைப் பனுவல்களாக உருவாகியுள்ளன. அதற்குக் காரணம், பதிகம் சிலப்பதிகாரப் பனுவலின் தொடர்களைக் கையாள்வதன் மூலம் தம்மைப் பனுவலின் நீட்சியாகக் காட்டிக்கொண்டமையே ஆகும். இத்தொடர்கள் மேற்கோள் என்னும் குறிப்பீடு ஏதும் இன்றிப் (பதிகம் எனும்) பனுவலின் தொடர்களாகவே பயன்படுத்தப்படுகின்றன. சிலப்பதிகாரப் பனுவலின்மீது ஒரு வாசகர் / கற்பித்த ஆசிரியர் நிகழ்த்திவந்த தொடர்ச்சியான உரையாடல்களின் தொகுப்பாகவே பதிகம் உருவாகியுள்ளது என்பதை உணரமுடிகின்றது. அதாவது சிலப்பதிகாரத்தை ஒரு வாசகர் எவ்வாறு புரிந்துகொண்டிருக்கின்றார் என்பதன் எழுதப்பட்ட வடிவமாகவே பதிகம் காட்சியளிக்கின்றது. அதனால் பதிகத்தைச் சிலப்பதிகாரத் துணைப் பனுவல்களில் முதன்மையானதாகக் கருதலாம். இப்பதிகம் சிலப்பதிகாரத்தின் முன்னுரையாக, ஒரு வகையான துணைப் பனுவலாக இருந்தாலும் சில கதைகள், காட்சிகளுடன் தனிப் பனுவலாகவே இயங்குகின்றது

என்பது முன்பே சுட்டப்பட்டது. இந்தத் துணைப் பனுவல் வழியாகப் பனுவலைப் பற்றிய ஒரு கருத்து உருவாக்கப்படுகின்றது. அந்தக் கருத்து, அடிப்படையில் இக்கதை சாத்தனாருடையது என்பதே ஆகும்.

## பதிகம்வழி இரண்டாவது ஆசிரியர் நுழைவு

இந்தப் பதிகம் என்னும் துணைப் பனுவலை எழுதியவர் சாத்தனாராகக் கூட இருக்கலாம் எனத் தோன்றுகின்றது. அல்லது மணிமேகலையைக் கற்று, அது முன்வைக்கும் ஊழ்வினை வலிமையைச் சிலப்பதிகாரத்தில் பொருத்திப்பார்த்த வாசகர் ஒருவர் சாத்தனாரின் பங்கினைத் தான் செய்த பதிகத்தின் வழி ஏற்றியிருக்கலாம். பதிகத்தின் உண்மைத்தன்மையை மிகுவிப்பதற்காகச் சிலப்பதிகாரத்தில் கண்ணகியினைப் பற்றிச் சேரன் செங்குட்டுவனுக்கு உரைக்கும் குன்றக் குறவர்கள் பதிகத்தில் இளங்கோவடிகளுக்கு உரைப்பதாகச் சுட்டப்படுகிறது. இதனால் சிலப்பதிகாரப் பாத்திரம் பதிகத்திற்கு வரும்போது உண்மை மாந்தராக மாறுவதுடன், சிலப்பதிகாரக் கதைக்கும் நடப்பியல் / தற்காலத் தன்மை ஊட்டப்படுகிறது. என்றாலும், தற்காலத் தன்மை பனுவலில் பொருந்திப்போகாமல் இருப்பதற்குக் காரணம் சாத்தனார் சுட்டும் அல்லது அவர் தூக்க மயக்கத்தில் நேரடியாகக் கேட்ட / பார்த்ததாகக் கூறும் மதுரைத் தெய்வம் சொன்ன உண்மைக் கதை, ஒரு தொன்மமாக இருப்பதேயாகும். மதுரைத் தெய்வம் சொன்ன கதையைக் கேட்பதனால் சாத்தனார் எனும் புலவர் சிலப்பதிகாரப் பனுவலுக்கு உரிமையுடையவராகிறார். குன்றக் குறவர்களுக்கும் முன்னால் மதுரை எரியூட்டப்பட்ட காலத்திலேயே எரியூட்டிற்கு மூலமான நடப்பியல் மீறிய உண்மையைக் கடவுள் வாயால் கேட்கிறார். இதனால் சிலப்பதிகாரப் பனுவல் மீதான சாத்தனாரின் உரிமை இறுகுகிறது. சிலப்பதிகாரக் கதைக்கு இளங்கோவடிகளைத் தாண்டிச் சாத்தனாரை ஆசிரியராக்கும் நோக்கமுடையதாகப் பதிகம் திகழ்கிறது.

இங்குச் சிலப்பதிகாரக் கதைக்கு யார் ஆசிரியர் என்ற கேள்வி எழுகிறது. பதிகத்தினால் சாத்தனார் இளங்கோவைத் தாண்டியதொரு முதன்மையைப் பெறுகின்றார். இளங்கோவைத் தாண்டிப் பதிகத்தின் மூலம் சிலப்பதிகாரக் கதைக்கு உரிமையுடையவராகின்ற சாத்தனாரே சிலப்பதிகார ஆசிரியராக இருக்கலாம் என்ற கருத்தைப் பலர் தெரிவிக்கின்றனர். சாத்தனார் தாம் எழுதிய காப்பியத்திற்கு நன்றியுணர்ச்சியின் காரணமாக இளங்கோவை ஆசிரியராக்கினார் என்பர். அதுபோலவே சாத்தனார் எழுதிய முன்பகுதி சிலப்பதிகாரம் என இளங்கோவின் பெயரிலும் இரண்டாம் பகுதி (பின்பகுதி) மணிமேகலை எனச்

சாத்தனார் பெயரிலும் வழங்குவதாகச் சுட்டிச் சிலப்பதிகார ஆசிரியர் யார் என்பது பற்றித் தோன்றியுள்ள பல்வேறு கருத்துகளை முன்வைத்துச் சாத்தனார் என்பவரே சிலப்பதிகாரத்தை எழுதியிருக்கலாம் எனக் கருத்துரைக்கும். வெ.சு. சுப்பிரமணிய ஆச்சாரியார்,

> எல்லா மதங்களையும் கண்டித்துத் தம் மதமே பெரிது என்று கூறியுள்ள மணிமேகலை ஆசிரியராகிய சாத்தனார், சமரச நிலையில் தோன்றியுள்ள சிலப்பதிகாரத்தைச் செய்திருக்க முடியாது என்பது திண்ணம். எனவே சாத்தனார் என்ற வேறொரு புலவர் செய்திருக்கவேண்டும் என்று கொள்ள இடனுண்டு (1947: 31)

என வேறு ஒரு சாத்தனாரைச் சிலப்பதிகாரத்திற்கு ஆசிரியராகக் காட்டுகின்றார். பதிகம் முன்மொழியும் சாத்தனார் எனும் பெயரின் வலிமை (பக்தின் வார்த்தையில் மொழியியல் கலப்பு) இத்தகைய கருத்து எழுவதற்கு அடிப்படையாகும். சாத்தனார் எனும் புலவர் பனுவலுக்குள்ளே ஓர் ஆசிரியராகநுழைவதற்கு அடிப்படையாக இருப்பது சிலப்பதிகாரப் பதிகமே ஆகும்.

நவீனத் திறனாய்வியல், பனுவலுக்கு உரிமைகொண்டாடும் (முதல்) ஆசிரியரையே பனுவலிலிருந்து வெளியேற்ற வேண்டும் எனக் கூறுகிறது. ஆனால் சிலப்பதிகாரத்திற்கு எழுதப்பட்ட பதிகம் இரண்டாவது ஆசிரியர் ஒருவரை உள்நுழைக்க முயலுகின்றது. இந்த இரண்டாவது ஆசிரியர் இளங்கோ எனும் எழுத்தாளரை மீறி, தெய்வீகச் சக்தியினால் (மதுரைத் தெய்வம் பேசியதைக்கேட்டதனால்)வலிமையானஇடத்தைப்பெறுகின்றார். இதனால் சிலப்பதிகாரக் கதை விமர்சனத்திற்கு அப்பாற்பட்ட உண்மைக்கதையாகிறது. பனுவலைப் பற்றிய புரிதலாகிய / எழுதப்பட்ட துணைப் பனுவலாகிய பதிகம் பனுவலாகவே கருதப்பட்டு வாசிக்கப்படுவதனால் பனுவலைப் பொருள்விரிவு கொள்ளவிடாமல் மூடுகின்றது.

பிரெஞ்சு அமைப்பியல்வாதச் சிந்தனையாளரான ரோலாண் பார்த், மொழியின் ஒழுங்கமைவின்படியே மனிதர்கள் பேசுகின்றனர் எனும் சிந்தனையின் அடிப்படையில் ஆசிரியரின் மரணம் என்னும் கருத்தை முன்வைத்தார். அவர் தனது 'ஆசிரியரின் மரணம்' எனும் புகழ்பெற்ற கட்டுரையில்,

> 'இலக்கியம் எழுதுகிறது. ஆசிரியர்கள் அல்ல'. இலக்கியம் சூனியத்திலிருந்து பிறப்பதில்லை என்பது இதன் கருத்து. முன்னமேயே எழுத்து (இலக்கியம்) இருப்பில் இல்லா விட்டால் எந்தக் கவிஞர் அல்லது படைப்பாளியும் எதையும் எழுத முடியாது. முன்புள்ளவர்கள் எதை எழுதி

வைத்துள்ளார்களோ அதன் விரிவாக்கம் மட்டுமே. படைப்பாளி எந்தக் கலாச்சாரம், மொழி அல்லது இலக்கிய மரபிலிருந்து ஊட்டம் பெற்றுள்ளாரோ, எவ்வளவுதான் அதற்கு எதிராகப் புரட்சிக் கொடி உயர்த்தினாலும், அதே மரபு மற்றும் காவிய இயலின் வரையறைக்குட்பட்டேதான் எழுதுவார். எந்தப் படைப்பும் தனது பண்பாடு மற்றும் இலக்கிய ஒழுங்கமைவுக்குப் புறம்பாக இன்றுவரை எழுதப்படவில்லை, எழுதப்படவும் முடியாது (2005: 159) என்கிறார். சிலப்பதிகாரக் கதை, சாத்தனார் எனும் ஒருவர் கூறிய கதை அன்று. அது மொழி வழியே தமிழ்ச் சமூகத்தின் நனவிலி மனத்தில் இயங்கிக்கொண்டிருக்கும் கதையாகும். இக்கதை தமிழ் மொழியின் வேறு பனுவல்களில் (சங்க இலக்கியத்திலும் நாட்டார் கதைகளிலும்) பொதிந்திருப்பதைக் காணலாம். நவீனத் திறனாய்வுப் பார்வையில் சிலப்பதிகாரக் கதைக்கு இளங்கோவடிகளே உரிமைகொண்டாட முடியாதவராக இருக்க, பதிகம் சாத்தனார் எனும் ஆசிரியரைவேறு உருவாக்கிக் கதைக்கு உரிமை கொண்டாடவைக்கிறது. பதிகம் ஒரு முன்னுரை யாக மட்டும் இல்லாமல் பனுவலுக்குரிய தன்மைகளுடன் எழுதப்பட்ட துணைப் பனுவலாகச் செயல்படுகின்றது. இதனால் பனுவலின் மீது தொடர்ந்து தாக்கத்தை நிகழ்த்திக்கொண்டே யிருக்கிறது.

## காப்பியமும் தற்காலமும்

தமிழ் மொழிப் பரப்பில் இயங்கிக்கொண்டிருந்த கதை இளங்கோவினால் இலக்கிய வடிவம் பெறுகிறது. மக்கள் மத்தியில் வாழ்ந்த ஒரு (சிலப்பதிகார) பழங்கதையை இளங்கோ தம் காலத்திய அரசியல், சமூக, பண்பாட்டுச் சூழலில் பனுவலாக்க முயல்கின்றார். கதையை வழிநடத்துவதற்கு அவர் தேர்ந்தெடுத்துக்கொண்டிருக்கின்ற தொன்மவயமாக்கல் எனும் முறை, இக்கதைக்குத் தற்காலத்தன்மை உருவாகாமல் தடைசெய்கிறது. என்றாலும், தொன்மத்தை மீறித் தற்காலத் தன்மையுடன் பனுவல் இயங்குவதைக் காட்டமுடியும். ஒரு வகையில் சிலப்பதிகாரக் கதையைத் தற்காலத்துடன் இணைக்கும் முயற்சியைப் பதிகம் செய்தாலும் இயற்கை இகந்த நிகழ்ச்சிகளை நேரில் கண்டதாகக் கூறும் சாத்தனார் பாத்திரத்தின் வழித் தம் பங்கிற்குக் கதையை மேலும் தொன்மமாக்கிவிடுகிறது.

காப்பியம் தற்கால மனிதவாழ்விலிருந்து வெகுதூரம் விலகிநிற்பதாகக் கருதும் மிகையில் பக்தின் (2008A:16)

காப்பியப் பழமையை முழுமையான பழமை எனக் கூறுவதற்குக் காரணம் என்னவென்றால் காப்பியத்தைத்

தற்காலத்துடன் இணைப்பதற்குத் தேவையான படிப்படியான காலவளர்ச்சி காணப்படவில்லை என்பதேயாகும். அது அடுத்தடுத்ததாகவுள்ள அனைத்துக் காலக்கட்டங்களி லிருந்தும் முக்கியமாக, பாடுபவர் மற்றும் கேட்பவர் வாழ்ந்த காலக்கட்டங்களிலிருந்து தன்னை முழுமையாகத் தனிமைப்படுத்திக்கொண்டுள்ளது. இந்த வரையறையானது காப்பியத்தில் உள்ளார்ந்திருப்பதுடன் காப்பியத்தின் வார்த்தைகள் மூலமாகவே கேட்டும் உணரவும்படுகிறது. இந்த வரையறையை உடைக்க முயல்வது காப்பியவகைமையின் வடிவத்தையே உடைக்க முயல்வதாகும். இதனாலேயே காப்பியப் பழமையானது முழுமையானதாகவும் முடிவற்ற தாகவும் இருக்கிறது. அது ஒரு வட்டத்தைப் போன்று மூடுண்டதாக இருக்கிறது. அதனுள் இருக்கும் அனைத்தும் ஏற்கெனவே முடிந்து போனதாகவும் இருக்கிறது. காப்பியஉலகத்தில் வெளிப்படையான தன்மைக்கோ, உறுதியற்ற தன்மைக்கோ, ஐயத் தன்மைக்கோ இடமில்லை

என்கிறார். பதிகம் சிலப்பதிகாரக் கதையை இளங்கோவின் காலத்துடன் பொருத்துவதற்கு முயன்றாலும் அதை ஒரு தொன்மமாகவே முன்வைக்கிறது. இந்தத் தொன்ம உருவாக்கமே பனுவல் மீதான பிற வாசிப்புகளைத் தடுத்துநிறுத்திப் பனுவலை மூடுண்டதாக மாற்றிவிடுகிறது. சிலப்பதிகாரக் கதைச்சுருக்கத்தை அளிக்க முயலும் துணைப்பனுவலான பதிகம், தனது புரிதலை விரைவாகச் சொல்லிமுடிக்க வேண்டிய நிர்ப்பந்தத்தினால் நிகழ்ச்சிகளின், பாத்திரங்களின் பண்பை விளக்காமல் முழுக் கதையையும் ஊழ் என்ற தலைப்பிட்டுச் சுருக்கி உரைக்கிறது. அதே நேரம் பாண்டியனுக்கு ஆதரவாக, சாத்தனார் பாத்திரத்தின் மூலம்,

> வினைவிளை காலம் ஆதலின் யாவதும்
> சினை அலர் வேம்பன் தேரான் (பதி. 27, 28)

எனப் பரிந்துபேசிப் பாண்டியனின் செயலுக்குச் சமாதானம் கூறுகின்றது. அந்தச் சமாதானத்தின் நீட்சியே சாத்தனார், மதுரைத் தெய்வம் கூறியதைக் கேட்பதும் ஆகும். அதாவது வாசகர்கள் ஊழ்வினையைத் தாண்டிப் பனுவலை வேறுவித மாகத் திறக்கக்கூடாது என்பதற்காகவே துணைப் பனுவலான பதிகம் எழுதப்பட்டுள்ளது எனக் கருதத்தோன்றுகின்றது.

## பனுவலை அறங்களாகச் சுருக்கும் பதிகம்

பதிகத்தில் வரும் பாத்திரமாகிய இளங்கோவின்,

> அரசியல் பிழைத்தோர்க்கு அறம் கூற்று ஆவதூஉம்
> உரைசால் பத்தினிக்கு உயர்ந்தோர் ஏத்தலும்
> ஊழ்வினை உருத்து வந்து ஊட்டும் என்பதூஉம்

சூழ்வினைச் சிலம்பு காரணமாகச்
சிலப்பதிகாரம் என்னும் பெயரால்
நாட்டுதும் யாம்ஓர் பாட்டுடைச் செய்யுள் (பதி. 56 – 60)

என்னும் கூற்று, பனுவலின் மொத்தத் திறப்பையும் மூடி விடுவதுடன், சிலப்பதிகாரத்தில் நிகழும் அத்தனை செயல்பாடு களுக்கும் சாத்தனாரை அடியொட்டி ஊழையே காரணமாகக் காட்டுகிறது. இதன் மூலம் தற்கால மனித வாழ்வுக்கான அர்த்தங்கள் மறுக்கப்பட்டு முந்தைய பிறவியின் தொடர்ச்சி நிலைநிறுத்தப்படுவதனால் நடப்பு வாழ்வினை வெறுமை சூழ்ந்துகொள்கிறது. இந்த வெறுமை பன்முகச் சிந்தனைகளைத் தடுத்துவிடுகிறது.

இன்று சிலப்பதிகாரப் பனுவல் ஓர் இலக்கியப் பனுவலாக மட்டும் இல்லாமல் சமகாலச் சமூக, வரலாற்று, அரசியல், பண்பாட்டுக் கருத்துகளுக்கு இடமளிக்கக்கூடிய பனுவலாகவும் திகழ்கிறது. முத்தமிழ்க் காப்பியம், தமிழ் வரலாற்றுக் காப்பியம், தமிழ்த் தேசிய அரசியற்காப்பியம், தமிழ்ப் பண்பாட்டுப் பெண்மையக் காப்பியம் எனும் பரிமாணங் களை அது எடுத்துள்ளது. கேள்விக்கு இடமளிக்காத, வட்டார, சமய எல்லைகளைக் கடந்த மொழிவழித் தேசிய மரபை முன்வைப்பதாகச் சிலப்பதிகாரம் பார்க்கப்படுகிறது. இதனால் மூடுண்ட பனுவலாகவே அது பார்க்கப்படுகிறது எனலாம். இந்தப் பார்வையே தமிழ் ஆய்வாளர்களுக்கும் அரசியலாளர் களுக்கும் உவப்பானதாக இருக்கிறது. இதில் சிலப்பதிகாரத்தின் வழியாகத் தமிழ் மேன்மையைப் பறைசாற்றுதல் எனும் விழைவே பல கோணங்களில் வெளிப்படுகிறது. சிலப்பதிகாரம் சொல்பவற்றைக் கேள்விக்குட்படுத்தாமல், எதிர்வினையாற்றாமல் அனைத்தையும் ஒத்துக்கொண்டு, பகுத்தறிவு விளக்கங்கள் நடப்புஅரசியல் சார்ந்து அளிக்கப்படுகின்றன. சிலப்பதிகாரம் தனக்குள் கொண்டிருந்த மௌனங்களும் திறப்புகளும் இலக்கிய விமர்சகர்களால், குறிப்பாக விதந்துரைத் திறனாய்வாளர்களால், பட்டிமன்றப் பொழிவாளர்களால் ஓரளவுக்குப் பேசப்பட்டன. என்றாலும், சிலப்பதிகாரத்தின் அடிப்படை அதன் எழுதப்பட்ட துணைப் பனுவலான பதிகம் சுட்டும்,

அரசியல் பிழைத்தோர்க்கு அறம் கூற்று ஆவதூஉம்
உரைசால் பத்தினிக்கு உயர்ந்தோர் ஏத்தலும்
ஊழ்வினை உருத்து வந்து ஊட்டும் என்பதூஉம் (பதிகம். 55 – 57)

எனும் மூன்று அறங்களில் மட்டுமே குவிந்திருப்பதாக அனைத்துத் தரப்பினருமே நம்புகின்றனர். அதனால், துணைப் பனுவலை எழுதியவரின் புரிதலான இம்மூன்று அறங்களும் பனுவலின்

எந்தப் பகுதிக்குள்ளும் எளிதில் நுழைந்து, வேறு அனுபவத்தைத் / புரிதலைத் தராத அளவுக்கு மூடிக்கொள்கின்றன. புதிய திறப்புக்கு வழிவிடாமல் அறம் சார்ந்தே விளக்கம் அளிக்கச் செய்கின்றன. குறிப்பாக ஊழ்வினை எல்லா மௌனங்களையும் ஆக்கிரமித்துக் கொள்கிறது. அதனால், பக்தின் சுட்டும் காப்பியத்தின் வாசகனுக்கு இடம் தராத இறுகிய தன்மைகள் சிலப்பதிகாரத்தில் வலிந்தே பொருத்தப்படுகின்றன எனலாம். சிலப்பதிகாரத்தின் பெருமையைப் பேசுதல் என்பது கூட ஒருவகையில் பனுவலைக் கேள்விக்கப்பாற்பட்டதாக நிலைநிறுத்துவதேயாகும். இதனைச் சார்ந்து கருத்துத் தெரிவிக்கும் க. கைலாசபதி, 'கதையைச் சுவைபடக் கூறுவதற்காகப் புலவர் மிகைபடக் கூறுகிறார் என்பது வெளிப்படையாய்த் தெரியும்பொழுதும் அதனை வரலாற்றுண்மை எனக் கருதும் மூடபக்தியே சிலம்பின் பெருமைக்கு ஒரு காரணமாயுள்ளது' (1996: 207) எனக் கூறுகிறார்.

பதிகத்தைத் தொடர்ந்து பனுவலுக்குள் செல்லும் ஒரு சாதாரண வாசகர் பதிகம் எழுதப்பட்டிருக்கின்ற ஒரு துணைப்பனுவல் தான், இது போன்ற பல துணைப் பனுவல் களுக்கான சாத்தியங்கள் பனுவலில் உள்ளன, என்ற புரிதல் இன்றி, பனுவலை அறமுரைப்பதாகவும் தொன்மமாகவும் மட்டுமே புரிந்துகொண்டு, இது தமிழ்மரபு எனச் சமாதானம் அடைந்துவிடுகிறார். 'மூன்று (அறங்கள்) கூறப்பெற்றாலும் அவை நடப்பதாகக் காப்பியத்தில் காட்டப்பெற்றாலும் அவை மட்டுமே அடிகளின் நோக்கமன்று. சிலம்பு முழுவதும் உள்ளுறைப் பொருள் மிக்கது' என ச.வே. சுப்பிரமணியன் தமது சிலப்பதிகாரத் தெளிவுரையில் கூறுகிறார். என்றாலும் சிலப்பதிகாரம் முன்வைக்கும் உன்னதங்களையே சுட்டுகின்றார். சிலப்பதிகாரத்தை, ஒரு பனுவலாக வெளிப்படுகின்ற அதன் திறந்த தன்மையை, முற்ற முழுதாக உணர அதன் எழுதப்பட்ட துணைப் பனுவலான பதிகத்தில் இருந்து முதலில் வெளியேற வேண்டியுள்ளது. அதைத் தொடர்ந்து பனுவலின் புறத்தில் இருக்கின்ற உரைபெறு கட்டுரை, காதைகளின் இறுதியில் இடம்பெற்றுள்ள வெண்பாக்கள், கட்டுரைகள் முதலிய துணைப் பனுவல்களிலிருந்தும் வெளியேற வேண்டியுள்ளது. இவை எழுதப்பட்ட துணைப் பனுவல்கள் என்பதையும் இவை முன்வைக்கும் அத்தனையும் யாரோ ஒரு பெயர் தெரியாத வாசகரின், ஒருவகையான புரிதல்தான் என்பதையும் உணர வேண்டும். இந்தப் புரிதலுக்குச் சாதாரணத் தமிழ் வாசகர் வரமுடியாமல் இருப்பதற்குக் காரணம் துணைப் பனுவல்களையும் பனுவல்களின் பகுதிகளாகக் கருதுகின்ற மரபு தமிழ் இலக்கிய உலகத்தில் நிலைகொண்டிருப்பதே ஆகும்.

பதிகமும் பிற துணைப் பனுவல்களும் சிலப்பதிகாரத்தின் ஒருவகை வாசிப்புகளே. இந்த வாசிப்பைச் சார்ந்தே தமிழ் வாசிப்பு சென்றுகொண்டிருக்கிறது. சிலம்பை வாசிக்கும், பயிலும் வாசகர், இந்த எழுதப்பட்ட துணைப்பனுவல்களின் வலிமையில் சிக்கிக்கொண்டு, பனுவலின் பல்வேறு தளங்களைக் கண்டடைய முடியாமல் தவிக்கிறார். அதனால் சிலப்பதிகாரத்தைப் பக்தின் சுட்டுவது போல மூடுண்ட, முற்றுப்பெற்றுவிட்ட, வாசக வினைபுரிதலுக்கு இடம்தராத காப்பியமாக மாற்றுவது அதன் பதிகமும் பிற துணைப் பனுவல்களுமே ஆகும்.

# துணை நூற்பட்டியல்

## முதன்மை ஆதாரம்: சிலப்பதிகாரம்

1979 : பொ.வே. சோமசுந்தரனார்(உரை), கழகம்,சென்னை.

1999 : ந.மு. வேங்கடசாமி நாட்டார் (உரை), கழகம், சென்னை.

2008 : 'அரும்பதவுரையும் அடியார்க்குநல்லார் உரையும்', உ.வே.சா.(பதி.), உ.வே.சா. நூல்நிலையம், சென்னை.

2009அ: ச. வே. சுப்பிரமணியன் (உரை), மெய்யப்பன் பதிப்பகம், சிதம்பரம்.

## துணைமை ஆதாரங்கள்

1947: வெ.சு. சுப்பிரமணிய ஆச்சாரியார், 'சிலப்பதிகார ஆராய்ச்சி', ஆனந்தபோதினி வெளியீடு, சென்னை.

1965 : S.V. Subramanian, *Descriptive Grammar of Cilappatikaaram*, S.V. Subramanian, Trivandrum.

1967: ம.ரா.போ. குருசாமி, 'சிலப்பதிகாரச் செய்தி', மெர்குரி புத்தக கம்பெனி, கோயமுத்தூர்.

1972: 'தொல்காப்பியம், எழுத்ததிகாரம்', இளம்பூரணர் உரை, கழகம், சென்னை.

1977: ஏ.வி. சுப்பிரமணிய அய்யர், 'தமிழ் ஆராய்ச்சியின் வளர்ச்சி', பாரி நிலையம், சென்னை.

1983: க.ப. அறவாணன், 'நன்னூற் பாயிரம் ஓர் ஆராய்ச்சி', கேரளப் பல்கலைக்கழக ஆண்டுமலர், திருவனந்தபுரம்.

*1984:* தொ.மு.சி. ரகுநாதன், 'இளங்கோவடிகள் யார் ?', மீனாட்சி புத்தக நிலையம், மதுரை.

*1986:* 'பத்துப்பாட்டு மூலமும் நச்சினார்க்கினியருரையும்', உ.வே.சா. (பதிப்பு), தமிழ்ப் பல்கலைக்கழகம், தஞ்சாவூர்.

*1988:* இ.கி. இராமசாமி, 'தமிழில் பாயிரங்கள்', காமராசர் பல்கலைக்கழகம், மதுரை.

*1995:* தமிழவன், 'தமிழ்க் கவிதையும் மொழிதல் கோட்பாடும்', காவ்யா, பெங்களூர்.

*1996:* க. கைலாசபதி, 'அடியும் முடியும்', பாரி நிலையம், சென்னை.

*1998:* Roland Barthes, *Image Music Text, Hill and Wang*, New York.

*1999:* 'நன்னூல் மூலமும் விருத்தியுரையும்', அ. தாமோதரன் (பதி.), உலகத் தமிழாராய்ச்சி நிறுவனம், சென்னை.

*2000A:* Jeremy Hawthorn, *A Glossary of Contemporary Literary Theory,* Arnold, London.

*2000ஆ:* க. பஞ்சாங்கம், 'எடுத்துரைப்பியல்: நவீனக் கவிதையியல்', காவ்யா, சென்னை.

*2001:* ப. மருதநாயகம், 'மேலை நோக்கில் தமிழ்க் கவிதை', உலகத் தமிழாராய்ச்சி நிறுவனம், சென்னை.

*2003:* 'தொல்காப்பியம், எழுத்ததிகாரம், நச்சினார்க்கினியம்', தமிழ்மண் பதிப்பகம், சென்னை.

*2004:* ப. மருதநாயகம், 'புதுப்பார்வைகளில் புறநானூறு', காவ்யா, சென்னை.

*2004:* சிலம்புநா. செல்வராசு, 'தொல்காப்பியப்பாயிரம்: சமூகவியல்ஆய்வு', காவ்யா, சென்னை.

*2005அ:* 'தொல்காப்பியம், எழுத்ததிகாரம், நச்சினார்க்கினியர்' உரை, கழகம், சென்னை.

*2005ஆ:* கோபிசந்த் நாரங்க், 'அமைப்பு மையவாதம், பின் அமைப்பியல் மற்றும் கீழைக்காவிய இயல்', எச். பாலசுப்பிரமணியன் (மொ.பெ.), சாகித்திய அகாதெமி, புதுதில்லி.

*2006அ:* 'இறையனார் அகப்பொருள்', வசந்தா பதிப்பகம், சென்னை.

*2006ஆ:* அரசஞ் சண்முகனார்,'தொல்காப்பியப்பாயிர விருத்தி', வசந்தா பதிப்பகம், சென்னை.

*2006இ:* ம.பொ. சிவஞானம், 'சிலப்பதிகாரத் திறனாய்வு', பூங்கொடிப் பதிப்பகம், சென்னை.

*2008:* 'செவ்விலக்கியக் கருவூலம், பதிற்றுப்பத்து', ஔவை. சு.துரைசாமிப்பிள்ளை (உரை), தமிழ்மண் அறக்கட்டளை, சென்னை.

*2008A:* M.M. Bakhtin, *The dialogic Imagination*, Austin: University of Texas Press.

*2009:* பா.ரா. சுப்பிரமணியன்,'சொல்வலை வேட்டுவன்', கயல் கவின் புக்ஸ், சென்னை.

2